SÁCH NẤU RAU CỦ THIẾT YẾU

100 công thức xanh để làm phong phú món ăn của bạn và 100 cách thỏa mãn để ăn nhiều rau hơn

San Lưu

lưu mọi quyền.

từ chối trách nhiệm

Thông tin trong Sách điện tử này nhằm mục đích phục vụ như một bộ sưu tập toàn diện các chiến lược mà tác giả của Sách điện tử này đã thực hiện nghiên cứu. Tóm tắt, chiến lược, mẹo và thủ thuật chỉ là đề xuất của tác giả và việc đọc Sách điện tử này sẽ không đảm bảo rằng kết quả của một người sẽ phản ánh chính xác kết quả của tác giả. Tác giả của Sách điện tử đã thực hiện tất cả các nỗ lực hợp lý để cung cấp thông tin hiện tại và chính xác cho người đọc Sách điện tử. Tác giả và các cộng sự của nó sẽ không chịu trách nhiệm pháp lý cho bất kỳ lỗi hoặc thiếu sót không chủ ý nào có thể được tìm thấy. Tài liệu trong Sách điện tử có thể bao gồm thông tin của bên thứ ba. Tài liệu của bên thứ ba bao gồm các ý kiến được thể hiện bởi chủ sở hữu của họ. Do đó, tác giả của Sách điện tử không chịu trách nhiệm hoặc trách nhiệm pháp lý đối với bất kỳ tài liệu hoặc ý kiến của bên thứ ba nào. Cho dù là do sự phát triển của internet hay do những thay đổi không lường trước được trong chính sách của công ty và nguyên tắc gửi biên tập, những gì được coi là sự thật tại thời điểm viết bài này có thể trở nên lỗi thời hoặc không thể áp dụng được sau này.

Sách điện tử có bản quyền © 202 2 với mọi quyền được bảo lưu. Việc phân phối lại, sao chép hoặc tạo tác phẩm phái sinh từ toàn bộ hoặc một phần Sách điện tử này là bất hợp pháp. Không có phần nào của báo cáo này có thể được sao chép hoặc truyền lại dưới bất kỳ hình thức nào mà không có sự cho phép bằng văn bản và có chữ ký của tác giả.

Mục Lục

Mục Lục		3
Giới Thiệu		7
1.	Đậu xanh mè	10
2.	Cà rốt áp chảo	12
3.	Bắp cải đỏ om thịt xông khói	14
4.	Khoai tây vỏ sò	16
5.	Khoai tây vỏ đỏ nghiền	18
6.	Súp lơ với lê và quả phỉ	20
7.	Măng cầu bắp	22
8.	Cải Brussel nướng đơn giản	24
9.	Ngô chiên	26
10.	Súp lơ sốt phô mai	28
11.	Cà rốt tráng men Brandy	30
12.	Củ cải om	32
13.	Xúc xích và củ cải	35
14.	Khoai tây Au Gratin	37
15.	Kem bó xôi	39
16.	Succotash	41
17.	Brussels với Pancetta	43
18.	Tỏi tây áp chảo với Parmesan	45
19.	Củ dền rang chanh	47
20.	Delicata Squash với táo	50
21.	Khoai Lang Nghiền Mật Đường	53
22.	Gratin hành tây trân châu với Parmesan	54
23.	Khoai lang và Leek Gratin	58
24.	Nấm nướng trong Brown Butter	61
25.	Chả đậu đỏ	63
26.	Rau xà lách và bí xanh	66

27.	Thịt hầm chay	69
28.	Cải Bruxen rang	72
29.	Quinoa trong chảo	74
30.	Bún đậu hũ	77
31.	Giá đỗ xanh	80
32.	Đậu hũ củ cải	82
33.	Galette bí đao Butternut	85
34.	Quinoa sốt cà ri	88
35.	Ba rọi xông khói cà rốt đút lò	91
36.	Cá hồi sốt spaghetti bí đỏ	93
37.	Bí Carbonara	95
38.	Sốt cà chua nướng	98
39.	Súp rau củ	101
40.	Súp lơ nướng	103
41.	Bánh bông lan	106
42.	Cải xoăn "thịt viên" tẩm gia vị	109
43.	Bí ngô Carbonara	112
44.	Suất ăn một nồi xúc xích Ý	115
45.	Salad bông cải xanh	118
46.	Thịt xông khói với sốt súp lơ phô mai	120
47.	Đậu phụ nướng giòn và salad cải chíp	122
48.	Kem bó xôi	125
49.	Bánh mì phô mai húng quế tươi	128
50.	Chả Burger chay	131
51.	Súp lơ cay với xúc xích Sujuk	133
52.	Cải Brussels balsamic và thịt xông khói	135
53.	Củ cải nướng tỏi Parmesan	138
54.	Súp lơ nồi chiên không khí	141
55.	Khoai tây chiên	143

56.	Xào rau củ	146
57.	Bí đao Spaghetti	149
58.	Brussels Sprouts tráng men phong	151
59.	Khoai tây vôi	153
60.	Hỗn hợp cải Brussels và cà chua	155
61.	Củ cải băm	157
62.	Nấm với thảo mộc và kem	159
63.	Măng tây	161
64.	Cà rốt bơ	163
65.	Cà tím kiểu Á	165
66.	Bắp ngô bơ	167
67.	Đậu xanh cay kiểu Trung Quốc	169
68.	Hỗn hợp cà tím và bí xanh	171
69.	Cải thìa luộc	173
70.	Khoai tây chiên cà tím	175
71.	Khoai tây chiên su hào	178
72.	Dưa chuột muối chua	180
73.	Khoai mỡ	182
74.	Bơ nhồi bông	184
75.	Bí cuộn sống	186
76.	Sốt Pesto nhồi nấm	188
77.	Salad bơ Caprese	190
78.	Thuyền Taco thô	192
79.	Nacho	Táo 194
80.	Viên sống	Không thịt 196
81.	Pasta sống cà rốt	198
82.	Mì bí ngòi	200
83.	Canh nấm đông cô	202
84.	Súp lơ bông cải xanh 'Cơm'	204

- 85. Mì bí ngòi hạt bí 206
- 86. Nấm ướp mùi tây chanh 208
- 87. Chả Giò .... Chay 210
- 88. Cà ri bí đỏ hạt cay 212
- 89. Cà ri cá sốt me 214
- 90. Cà ri đậu bắp 217
- 91. Cà ri dừa rau củ 219
- 92. Cà ri rau cơ bản 221
- 93. Đậu mắt đen cà ri dừa 224
- 94. Cà ri bắp cải 227
- 95. Cà ri súp lơ 229
- 96. Cà ri khoai tây, súp lơ và cà chua 231
- 97. Cà ri bí đỏ 233
- 98. Rau xào 236
- 99. Cà ri bầu trắng 238
- 100. Rau củ nướng và cao lương 240

Kết luận 242

GIỚI THIỆU

Chuẩn bị nhiều rau hơn và nấu ăn tại nhà là một chiến lược đơn giản có thể cải thiện đáng kể sức khỏe của bạn. Hơn nữa, nghiên cứu đã báo cáo rằng chuẩn bị thức ăn ở nhà có liên quan đến việc tiêu thụ thức ăn nhanh ít hơn và chi tiêu cho thực phẩm ít hơn.

Một trong những bước đầu tiên để nấu ăn nhiều hơn ở nhà là học các cách nấu rau tươi khác nhau. Những kỹ năng này sẽ cho phép bạn biến rau thành ngôi sao trong bữa ăn của mình, từ đó sẽ cung cấp cho bạn vô số chất dinh dưỡng có lợi và giúp cải thiện sức khỏe.

Các phương pháp chế biến rau củ cơ bản

A. CHÉM

Cắt là công việc cơ bản nhất mà bạn có thể làm được và đó là điều mà những đầu bếp gia đình dày dạn kinh nghiệm có thể coi là điều hiển nhiên. Nhưng không phải ai cũng học cách cắt, thái hạt lựu và thái rau khi còn nhỏ. Đó là lý do tại sao thái nhỏ là kỹ năng đầu tiên và quan trọng nhất cần thành thạo nếu bạn muốn nấu ăn ngon hơn và ăn nhiều rau hơn.

B. HẤP

Hấp là một kỹ thuật lâu đời để chuẩn bị rau. Đôi khi nó bị bỏ qua, nhưng nó thực sự hoàn thành công việc! Ngoài ra, nghiên cứu cho thấy rằng hấp một số loại rau có thể bảo quản chất dinh dưỡng của chúng nhiều hơn các phương pháp nấu ăn khác. Hấp một loại rau có nghĩa là cho nó vào nước nóng để làm mềm và làm cho thực phẩm mềm hơn.

C. SÔI

Luộc rau là một trong những cách chế biến đơn giản nhất. Mặc dù đun sôi có thể khiến một số chất dinh dưỡng từ rau ngấm vào nước, nhưng điều đó không đúng với mọi loại rau. Đôi khi, đun sôi là cách hiệu quả nhất để nấu khoai tây và các loại rau củ chắc khác ngay cả khi một số chất dinh dưỡng bị mất đi. Và nếu bạn đang ăn nhiều loại rau nấu chín và rau sống, bạn không cần phải lo lắng về việc bảo toàn dinh dưỡng tối ưu cho mỗi bữa ăn.

D. áp chảo

Xào một loại rau có nghĩa là nấu nó trong một số loại chất béo ở nhiệt độ cao. Các chất béo phổ biến nhất được sử dụng trong món xào là dầu ô liu nguyên chất, dầu bơ, bơ và thậm chí cả dầu dừa. Bạn cũng có thể thêm tỏi băm, rau thơm và gia vị, và/hoặc muối và hạt tiêu vào xào.

E. ƯU ĐÃI

Khi bạn bắt đầu cảm thấy thoải mái hơn trong nhà bếp, bạn có thể tạo nước xốt cho rau củ! Chải hoặc ngâm rau trong hỗn hợp dầu ô liu, gia vị, thảo mộc và các hương liệu khác trước khi nấu có thể làm tăng hương vị và độ mềm của chúng sau khi nấu. Rau ướp có thể được xào, nướng hoặc nướng.

F. QUAY

Nếu bạn chưa quen với việc rang rau, bạn sẽ không biết mình đang bỏ lỡ điều gì! Rang làm thay đổi hoàn toàn hương vị và kết cấu của rau sống. Nhiều người thấy rằng những loại rau mà họ cực kỳ ghét ăn sống lại là những loại họ thích ăn rang.

G. NHANH CHÓNG

Ngâm nhanh là một kỹ thuật đơn giản và thú vị để chế biến rau củ. Mặc dù ngâm chua nghe có vẻ đáng sợ, nhưng việc làm rau ngâm chua (dưa chua để tủ lạnh, không phải loại ổn định trên kệ) lại cực kỳ dễ dàng. Với một ít giấm, đường và gia vị, bạn có thể ngâm bất kỳ loại rau củ nào.

1. đậu xanh vừng

Năng suất: 8 phần ăn

Thành phần
- 2 pound đậu xanh, bỏ cuống
- 3 muỗng canh dầu mè
- 1 Muỗng canh dấm gạo
- 1 Muỗng canh nước cốt chanh
- 1 muỗng cà phê gừng tươi nạo
- 2 muỗng canh hạt mè
- $\frac{1}{4}$ muỗng cà phê muối kosher

Hướng:

a) Đun sôi nước trong một cái nồi lớn. Nấu đậu xanh cho đến khi chúng chín mềm, từ 3 đến 4 phút. Xả nước và đặt nó sang một bên.

b) Trong một bát trộn lớn, kết hợp các thành phần khác và đánh cho đến khi kết hợp hoàn toàn. Trộn đậu xanh và trộn đều để kết hợp.

c) Thêm hạt tiêu mới xay để nếm thử.

2. áp chảo cà rốt

Năng suất: 4 phần ăn

Thành phần
- 4 chén cà rốt – thái lát
- 4 tép tỏi – thái lát
- 1 muỗng cà phê dầu
- 1 cốc nước tinh khiết
- 1 muỗng cà phê muối biển

Hướng:
a) Trong chảo trên lửa vừa, nấu tỏi cho thêm nước.
b) Cho cà rốt vào và đun sôi, sau đó hạ lửa nhỏ và đậy nắp trong 10 phút. Phục vụ ngay lập tức.

3. Bắp Cải Đỏ om Thịt Xông Khói

Năng suất: 4-6 phần ăn

Thành phần

- 6 lát thịt xông khói, đại khái xắt nhỏ
- 1 muỗng canh đường
- 1 củ hành vàng lớn, thái nhỏ
- Muối Kosher và hạt tiêu đen, để hương vị
- 1 quả táo granny smith, gọt vỏ và thái nhỏ
- cổng 1/3 cốc
- ¼ chén giấm rượu vang đỏ
- 1 bắp cải đỏ đầu lớn, thái nhỏ
- 2 chén nước dùng gà
- 1/4 chén thạch nho đỏ

Hướng:

a) Nấu thịt xông khói trong 5 phút, hoặc cho đến khi vừa giòn.
b) Thêm đường và nấu thêm 30 giây nữa.
c) Thêm hành tây, muối và hạt tiêu và đun nhỏ lửa, thỉnh thoảng khuấy trong khoảng 10 phút hoặc cho đến khi vàng và mềm.
d) Cho táo vào khuấy đều, giảm nhiệt xuống mức trung bình thấp, đậy nắp và đun nhỏ lửa cho đến khi táo mềm, khoảng 20 phút.
e) Quăng hỗn hợp hành tây-táo với cảng, giấm và bắp cải rồi trộn đều.
f) Đậy nắp nấu trong 5-7 phút hoặc cho đến khi bắp cải có màu tím đậm và hơi héo.
g) Cho nước dùng vào và nêm muối và tiêu. Tăng nhiệt lên mức trung bình cao và đun sôi hỗn hợp.
h) Thêm thạch nho đỏ, nêm muối và hạt tiêu, đun nhỏ lửa thêm 4-5 phút nữa.

4. Khoai tây vỏ sò thuần chay

Năng suất: 6 phần ăn

Thành phần:
- 6-8 củ khoai tây thái lát mỏng
- 1 lon súp phô mai cheddar thuần chay
- 1-1/2 chén phô mai cheddar thuần chay nạo
- 1 lon (12 oz.) sữa hạnh nhân cô đặc
- Muối và tiêu

Hướng:

a) Xịt vào bên trong crockpot bằng bình xịt nấu ăn.
b) Đặt một nửa số khoai tây đã cắt vào crockpot.
c) Thêm 1/2 lon súp, 3/4 chén pho mát bào và 1/2 lon sữa hạnh nhân. Nêm nếm với muối và hạt tiêu.
d) Lớp các thành phần còn lại theo thứ tự như lớp đầu tiên.
e) Nấu trong 6 giờ ở nhiệt độ cao.

5. Khoai tây vỏ đỏ nghiền

Năng suất: 20 phần ăn

Thành phần:

- 10 lạng. khoai tây da đỏ
- 2 thanh bơ
- 2 chén kem chua
- 3/4 cốc sữa
- 2 muỗng cà phê bột tỏi
- Muối và hạt tiêu cho vừa ăn

Hướng:

a) Trong một cái chảo lớn, luộc khoai tây cho đến khi mềm.
b) Lọc vào một cái chao.
c) Trong một chậu trộn lớn, đặt khoai tây nóng.
d) Trộn bơ vào khoai tây bằng máy trộn.
e) Trộn hoặc nghiền trong các thành phần còn lại.
f) Phục vụ.

6. Súp lơ với lê và quả phỉ

Năng suất: 8 phần ăn

Thành phần

- 3 oz. (6 muỗng canh.) bơ không muối
- 1 đầu súp lơ, cắt thành những bông hoa nhỏ
- 1/2 chén quả phỉ nướng, xắt nhỏ
- 8 lá xô thơm tươi, thái lát mỏng
- Muối Kosher và tiêu đen xay
- 2 quả lê chín, bỏ lõi và thái lát mỏng
- 2 muỗng canh. rau mùi tây phẳng tươi xắt nhỏ

Hướng:

a) Đun chảy bơ trong chảo 12 inch trên lửa vừa và cao cho đến khi có màu vàng nhạt và sủi bọt. Thêm súp lơ, quả óc chó, cây xô thơm và nấu, thỉnh thoảng khuấy trong 2 phút.

b) Thêm 1 thìa cà phê muối và 1/2 thìa cà phê tiêu và đun nhỏ lửa, thỉnh thoảng trở mặt trong 6 đến 7 phút nữa hoặc cho đến khi súp lơ chín vàng và mềm giòn.

c) Thêm lát lê và rau mùi tây và nhẹ nhàng lắc lê.

d) Thêm muối bổ sung cho hương vị.

7. mãng cầu ngô

Năng suất: 4 phần ăn

Thành phần

- 4 chén ngô
- 1 muỗng canh nhưng t er
- 1 muỗng canh hành băm
- 1 muỗng canh bột mì
- 1 cốc kem
- 5 quả trứng
- Muối và tiêu

Hướng:

a) Trong chảo chống dính, xào hành tây. Khuấy bột cho đến khi mọi thứ được kết hợp tốt.
b) Cho ngô đông lạnh vào cùng với bất kỳ chất lỏng nào. Tăng nhiệt độ lên cao.
c) Quăng ngô cho đến khi gần như toàn bộ chất lỏng đã bay hơi. A bôi kem và bôi dầu trong 2-3 phút
d) Trong một bát trộn lớn, đánh đều trứng, muối và hạt tiêu. Đánh từ từ hỗn hợp ngô-hành tây.
e) Nếm và nêm thêm muối và hạt tiêu nếu muốn.
f) Đổ hỗn hợp vào đĩa nướng và nướng trong khoảng 30 phút, hoặc cho đến khi sữa trứng đông lại.

8. Rau mầm Brussel nướng đơn giản

Năng suất: 4 phần ăn

Thành phần

- 4 chén Brussels Sprouts, chần
- ¼ lb thịt xông khói
- Nhúm húng tây tươi
- Muối và tiêu.

Hướng:

a) Xúc xắc thịt xông khói thành khối nhỏ. Nấu thịt xông khói trong chảo có đáy dày để tạo ra chất béo nhưng không làm giòn thịt.
b) Quăng mầm với mỡ thịt xông khói và miếng thịt xông khói.
c) Nướng mầm trong lò nướng 400° với một vài nhánh cỏ xạ hương tươi trên khay giấy.
d) Dùng giấy bạc đậy mầm trong 5 phút đầu, sau đó bỏ màng bọc trong 5 phút còn lại.
e) Muối và hạt tiêu và đặt chúng vào một cái bát phục vụ.

9. Ngô nướng

Năng suất: 4 phần ăn

Thành phần

- 1 gói ngô đông lạnh
- 1 muỗng canh bơ
- 4-5 TABLESPOONS kem
- Hạt nhục đậu khấu tươi
- Muối và tiêu
- $\frac{1}{4}$ muỗng cà phê cỏ xạ hương khô

Hướng:

a) Trong chảo chống dính trên lửa vừa cao, làm tan chảy bơ. Thêm ngô, cỏ xạ hương khô và nước sốt cho đến khi gần như toàn bộ chất lỏng bay hơi.

b) Đổ kem vào. Nêm hạt nhục đậu khấu, muối và hạt tiêu cho vừa ăn.

c) Nâng nhiệt lên cao và tiếp tục nấu cho đến khi ngô được bao phủ hoàn toàn bằng kem.

10. Súp Lơ Sốt Phô Mai

Năng suất: 2-4 phần ăn

Thành phần

- 1 đầu súp lơ, chần
- 1 ly sữa
- 1 chén phô mai vụn
- 11/2 muỗng canh bơ
- 1 muỗng cà phê mù tạt Dijon
- 1½ TABLESPOON bột mì
- Muối và tiêu

Hướng:

a) Trong chảo nước sốt có đáy nặng, làm tan chảy bơ. Đánh bột cho đến khi nó được làm ẩm tốt với bơ.

b) Thêm sữa và đun nhỏ lửa, khuấy liên tục, cho đến khi nước sốt đặc lại.

c) Khuấy phô mai cho đến khi mọi thứ được kết hợp tốt. Thêm muối và hạt tiêu cho vừa ăn.

d) Quăng súp lơ với sốt phô mai và dùng ngay hoặc giữ ấm trong lò.

11. Rượu cà rốt tráng men

Năng suất: 8 phần ăn

Thành phần

- 2 lạng. cà rốt, gọt vỏ và cắt thành đồng xu
- ½ cốc đường nâu
- ½ cốc bơ
- ½ cốc rượu mạnh Nước

Hướng:

a) Đun chảy bơ trong chảo xào. Quăng cà rốt và đường với bơ.
b) Nấu cà rốt trên lửa vừa cho đến khi chúng bắt đầu caramen.
c) Đốt rượu mạnh cho đến khi nó cháy hết.
d) Khi hơi ẩm bốc hơi, mỗi lần thêm một ít nước để giữ cho cà rốt chín và không bị dính.
e) Nấu cho đến khi đạt được độ chín mong muốn.

12.   Củ cải om Lễ tạ ơn

Năng suất: 4 phần ăn

Thành phần

- ½ cân Anh. củ cải, gọt vỏ và cắt thành nêm
- 2 muỗng canh tương cà chua
- 2 muỗng canh bơ
- 1 củ hành tây, bóc vỏ và thái hạt lựu
- 1 muỗng cà phê cỏ xạ hương khô
- 1 củ cà rốt, gọt vỏ và thái hạt lựu
- 1 lá nguyệt quế
- 2 cọng cần tây, thái hạt lựu
- Muối và tiêu
- 1½ chén nước dùng hoặc nước
- 2 muỗng canh bơ, làm mềm
- 1 T muỗng canh bột mì

Hướng:

a) Trong một cái chảo cỡ vừa, làm tan chảy bơ. A hành tây, cần tây và cà rốt.
b) Nấu trong khoảng 5 phút. Thêm nước dùng, bột cà chua, cỏ xạ hương và lá nguyệt quế vào hỗn hợp củ cải và hành tây, cà rốt và cần tây.
c) Nấu trong 30 đến 40 phút, đậy nắp, trong lò nướng 350°F.
d) Trong khi om củ cải, tạo hỗn hợp sệt với bơ và bột mì.
e) Chuyển củ cải sang đĩa phục vụ và giữ ấm trong chảo om.
f) Trong một chảo nước sốt nhỏ, lọc chất lỏng om. Thêm một chút hỗn hợp bột bơ vào nước sốt và đánh cho đến khi nó đặc lại.
g) Nêm muối và hạt tiêu rồi rưới nước sốt lên củ cải.

13. Xúc xích và củ cải

Năng suất: 6 phần ăn

Thành phần

- Xúc xích 1 lb, cắt thành miếng 1 inch
- 2 muỗng canh dầu ăn
- 6-8 củ cải, chần
- 2 muỗng canh bơ
- 1 chén nước dùng gà tây
- Muối và tiêu

Hướng:

a) Làm nóng lò ở nhiệt độ 350°F.
b) Trong dầu, xào xúc xích trong ba đến bốn phút. Chuyển sang món thịt hầm.
c) Đặt lại chảo xào trên lửa vừa, đổ hết dầu và mỡ. Thêm củ cải vào bơ tan chảy.
d) Thêm nước dùng gà tây và muối và hạt tiêu cho vừa ăn.
e) Chuyển củ cải vào soong với chất lỏng sôi.
f) Nướng củ cải trong 45 phút hoặc cho đến khi dùng mũi dao chọc thủng chúng.

14. Khoai tây Au Gratin

Năng suất: 6 phần ăn

Thành phần
- 2 pound khoai tây, gọt vỏ và thái lát
- 2 muỗng canh bơ tan chảy
- 1/2 thìa cà phê muối
- 1/4 muỗng cà phê tiêu đen
- 1 chén phô mai Cheddar sắc nét
- 1/4 chén vụn bánh mì tươi

Hướng:

a) Làm nóng lò ở nhiệt độ 425°F.
b) Sử dụng bình xịt nấu ăn, tráng một đĩa thịt hầm nông 1-1/2 lít.
c) Lớp khoai tây thái lát trong soong.
d) Rưới bơ tan chảy và nêm muối và hạt tiêu.
e) Trang trí với vụn bánh mì và phô mai Cheddar bào.
f) Nấu trong 30 phút, đậy nắp hoặc cho đến khi khoai chín.

15.   sốt kem rau bó xôi

Năng suất: 4 phần ăn

Thành phần
- 2 muỗng canh bơ
- 2 muỗng canh bột mì đa dụng
- 2 (10-ounce) gói rau bina cắt nhỏ đông lạnh, rã đông và để ráo nước
- 1 cốc (1/2 pint) kem nặng
- 1/2 muỗng cà phê hạt nhục đậu khấu
- 1/2 muỗng cà phê bột tỏi
- 1/2 thìa cà phê muối

Hướng:

a) Đun chảy bơ trong chảo lớn trên lửa vừa; đánh bột cho đến khi vàng.
b) Cho các nguyên liệu còn lại vào, trộn đều và đun nhỏ lửa trong 3 đến 5 phút hoặc cho đến khi chín kỹ.

16.   **Succotash**

Năng suất: 6 phần ăn

Thành phần
- 2 chén ngô hấp
- 2 chén đậu Lima, nấu chín
- $\frac{1}{2}$ muỗng cà phê muối
- hạt tiêu
- 2 muỗng canh dầu dừa
- $\frac{1}{2}$ cốc nước cốt dừa

Hướng:
a) Trộn ngô và đậu với nhau, nêm muối và hạt tiêu.
b) Thêm sữa và dầu và đun sôi.
c) Phục vụ ngay lập tức.

17. Brussels với pancetta

Năng suất: 4 phần ăn

Thành phần

- 1/2-pound pancetta cắt thành xúc xắc nhỏ
- 2-3 muỗng canh dầu ô liu chia
- 1 pound cải Brussels tươi
- 2 muỗng canh xi-rô phong
- 1 muỗng canh giấm balsamic trắng
- Muối Kosher và tiêu đen xay

Hướng:

a) Đun nóng 1 muỗng canh dầu ô liu trong chảo gang lớn trên lửa vừa. Nấu pancetta cho đến khi nó có mùi thơm và bắt đầu giòn. Để ráo trên đĩa có lót khăn giấy và đặt sang một bên.
b) Cắt bỏ phần cuối của cải Brussels và cắt đôi từ gốc đến ngọn.
c) Xếp cải Brussels đã cắt úp xuống thành một lớp bằng nhau trong chảo và nấu trong 4-5 phút, hoặc cho đến khi cải bắt đầu chuyển sang màu nâu và có màu caramen, sau đó lật, nêm muối kosher và tiêu đen, giảm xuống mức trung bình và đậy nắp bằng một cái nắp.
d) trả lại pancetta vào chảo.
e) Quăng muỗng canh dầu ô liu, xi-rô phong và giấm balsamic còn lại, đun thêm một hoặc hai phút nữa .
f) Thêm muối kosher và hạt tiêu đen xay cho vừa ăn, sau đó dùng.

18. Tỏi tây áp chảo với Parmesan

Năng suất: 6 phần ăn

Thành phần

- 6 leek mỏng, giảm một nửa theo chiều dọc
- 2 muỗng canh dầu ô liu
- Muối kosher
- Hạt tiêu đen mới xay
- $\frac{1}{4}$ chén rượu vang trắng khô hoặc bán khô
- 3 muỗng canh nước dùng gà không ướp muối
- 1 muỗng canh bơ không ướp muối
- 3 muỗng canh Parmesan mới xay

Hướng:

a) Thêm dầu vào chảo lớn, đáy nặng và đun nóng trên lửa vừa.
b) Khi dầu nóng, xếp tỏi tây thành một lớp, mặt cắt hướng xuống dưới.
c) Dùng kẹp đảo tỏi tây cho đến khi chúng có màu nâu nhẹ trong 3-4 phút.
d) Muối và hạt tiêu tỏi tây, sau đó lật mặt cắt của chúng xuống.
e) Khuấy rượu để khử men chảo. Đổ nước dùng gà vào nồi đủ ngập ngọn tỏi tây.
f) Đun sôi, sau đó giảm xuống lửa nhỏ và đậy nắp và nấu trong 15-20 phút hoặc cho đến khi tỏi tây mềm.
g) Từ từ rót bơ vào.
h) Đặt mặt cắt tỏi tây lên đĩa và phủ phô mai lên trên.

19. Củ cải nướng với cam quýt

Năng suất: 4 phần ăn

Thành phần

- 6 đến 8 củ cải đỏ hoặc vàng vừa
- Dầu ôliu siêu nguyên chất, dành cho mưa phùn
- 1 quả cam lớn
- Dash Sherry hoặc giấm balsamic
- Nước cốt của ½ quả chanh, hoặc tùy khẩu vị
- Một ít lá cải xoong, rau arugula hoặc rau mầm
- Muối biển và tiêu đen xay
- Phô mai dê hoặc feta
- Quả óc chó hoặc quả hồ trăn xắt nhỏ

Hướng:

a) Làm nóng lò ở nhiệt độ 400 độ F.
b) Rưới đều củ cải đường với dầu ô liu, một chút muối biển và hạt tiêu đen mới xay.
c) Bọc củ cải đường trong giấy bạc và nướng trong 35 đến 60 phút, hoặc cho đến khi mềm và chín.
d) Lấy củ cải ra khỏi lò, gỡ giấy bạc và đặt chúng sang một bên để nguội.
e) Lột vỏ khi chúng mát khi chạm vào. Slice chúng thành 1" nêm hoặc khối.
f) Cắt cam thành ba phần và để dành 1/4 nêm còn lại để vắt.
g) Quăng củ cải đường với dầu ô liu và giấm sherry, nước cốt chanh, nước cam vắt từ phần nêm còn lại, cùng một ít muối và hạt tiêu. Để tủ lạnh cho đến khi sẵn sàng phục vụ.
h) Thêm muối và hạt tiêu hoặc giấm để nếm trước khi ăn.

i) Đặt các múi cam, cải xoong và múi cam lên đĩa.

20. Delicata Squash với táo

Năng suất: 4 phần ăn

Thành phần

- 2 quả bí delicata, cắt thành miếng ½ inch
- ½ chén hành tây, giảm một nửa
- Dầu ôliu siêu nguyên chất, dành cho mưa phùn
- 2 muỗng canh pepitas và/hoặc hạt thông
- 2 chén cải xoăn lacinato xé nhỏ, 2 đến 3 lá
- 6 lá xô thơm, xắt nhỏ
- Lá từ 3 nhánh cỏ xạ hương
- 1 quả táo gala nhỏ, thái hạt lựu
- Muối biển và hạt tiêu đen mới xay

Hướng:

a) Làm nóng lò ở nhiệt độ 425 độ F và lót một tấm nướng bằng giấy da.

b) Rưới dầu ô liu và một nhúm muối và hạt tiêu lớn lên bí và hành tây trên khay nướng.

c) Tung áo khoác, sau đó trải ra trên tấm để chúng không chạm vào nhau. Nướng trong 25 đến 30 phút hoặc cho đến khi bí có màu vàng nâu ở tất cả các mặt và hành mềm và có màu caramel.

d) Đảo pepitas với một chút muối trong chảo nhỏ trên lửa vừa và nướng trong khoảng 2 phút, khuấy thường xuyên. Để qua một bên. Thêm cải xoăn, cây xô thơm và cỏ xạ hương.

e) Kết hợp bí và hành tây, táo, một nửa số pepitas và một nửa nước sốt đã rang trong một bát nướng lớn. Quăng.

f) Bake trong 8 đến 10 phút.

g) Rưới nước sốt còn lại lên trên cùng với số pepitas còn lại ngay trước khi ăn.

21. Mật khoai lang nghiền

Năng suất: 8 phần ăn

Thành phần
- 4 củ khoai tây, cắt thành các khối 1 inch
- 8 củ cà rốt nhỏ, cắt thành khối 1 inch
- 4 củ cải vừa, cắt thành khối 1 inch
- Muối kosher
- 4 muỗng canh. Bơ không muối
- 1/4 chén kem chua
- 1/4 cốc mật mía
- 1 muỗng canh. gừng tươi bào mịn
- 1/2 cốc rưỡi
- Hạt tiêu đen mới xay

Hướng:

a) Cho khoai lang, cà rốt và rau mùi tây vào một cái chảo lớn và đổ ngập nước.

b) Đun sôi, sau đó giảm xuống lửa nhỏ và nấu trong 15 đến 20 phút hoặc cho đến khi rau mềm. Để ráo nước và trở lại chảo.

c) Làm khô rau trong chảo, thỉnh thoảng lắc chảo để tránh dính.

d) Thêm bơ, kem chua, mật đường, gừng và nửa rưỡi.

e) Nêm muối và hạt tiêu, nếm và điều chỉnh gia vị trước khi ăn.

22.   Gratin hành tây trân châu với Parmesan

Năng suất: 8 phần ăn

Thành phần
- 2 lb. hành ngọc trai đông lạnh, rã đông
- 1 chén kem nặng
- nhánh cỏ xạ hương tươi 34 inch
- muối Kosher và đất tiêu đen
- 3 muỗng canh. bơ không ướp muối, tan chảy
- 1 cốc vụn bánh mì tươi thô
- 1/4 cốc nạo Parmigiano Reggiano
- 1/2 thìa cà phê lá thơm khô, vò nát

Hướng:

a) Làm nóng lò ở nhiệt độ 400 độ F.
b) Trong một cái chảo lớn , đun nóng hành tây và nước.
c) Khi hành nóng, khuấy và tách chúng bằng nĩa. Giảm nhiệt xuống mức trung bình, đậy nắp và nấu trong 5 phút khi nước đã sôi. Xả kỹ và lau khô.
d) Trong một chảo nước sốt nhỏ trên lửa vừa và cao, kết hợp kem, cỏ xạ hương và 1/2 muỗng cà phê muối. Đun sôi kem l. Loại bỏ các nhánh cỏ xạ hương khỏi kem và loại bỏ chúng.
e) Trong khi chờ đợi, hãy chải 1 muỗng canh bơ vào 2 qt nông. gratin hoặc món nướng.
f) Quăng vụn bánh mì, Parmigiano-Reggiano, mặn, 2 muỗng canh bơ đun chảy còn lại, 12 muỗng cà phê muối và vài hạt tiêu xay vào một đĩa trộn nhỏ.
g) Trong một món nướng, rải hành tây. Trải vụn bánh mì lên trên hành tây và đổ kem lên trên.
h) Nướng trong khoảng 30 phút, hoặc cho đến khi vụn bánh mì có màu nâu vàng đậm và kem sôi mạnh xung quanh các cạnh.

i) Lấy ra khỏi lò và đặt sang một bên trong 10 phút trước khi ăn.

23.   Khoai lang và Leek Gratin

Năng suất: 6 phần ăn

Thành phần
- 2 muỗng canh. Bơ không muối
- 2 muỗng canh. dầu ô liu
- 6oz. pancetta, cắt xúc xắc 1/4-inch
- 2 tỏi tây lớn, thái lát dày 1/4 inch
- 1/4 chén tỏi băm
- 2 chén kem nặng
- 3 muỗng canh. lá xạ hương tươi
- muối Kosher và đất tiêu đen
- 2 củ khoai lang, gọt vỏ và thái hạt lựu
- 3 củ khoai tây, gọt vỏ và thái hạt lựu

Hướng:
a) Làm nóng lò ở nhiệt độ 350 độ F.
b) Đun nóng bơ và dầu trong chảo vừa trên lửa vừa. Đun kt he pancetta cho đến khi có màu nâu, khoảng 9 phút. Sử dụng một cái muỗng có rãnh, chuyển sang khăn giấy.
c) Thêm tỏi tây và tỏi vào chảo, đậy nắp, giảm lửa nhỏ và nấu, trở mặt định kỳ trong khoảng 5 phút hoặc cho đến khi tỏi tây mềm nhưng không bị thâm.
d) Thêm kem, đun sôi, giảm nhiệt độ thấp và nấu trong 5 phút.
e) Cho lại pancetta, cỏ xạ hương, 1 thìa cà phê muối và hạt tiêu cho vừa ăn; để qua một bên.
f) Sử dụng bơ, bôi trơn một món thịt hầm 2 lít.
g) Múc đều 2 thìa kem tỏi tây lên trên khoai tây.
h) Trải một lớp khoai lang lên trên, nêm nhẹ, sau đó phủ thêm 2 thìa kem tỏi tây lên trên.

i) Tiếp tục với những củ khoai tây còn lại cho đến khi chúng được sử dụng hết. Rưới kem tỏi tây còn sót lại lên trên khoai tây và ấn mạnh.

j) Nướng trong 50 đến 60 phút hoặc cho đến khi mặt trên có màu nâu và phần khoai tây ở giữa mềm khi chọc bằng nĩa.

k) Phục vụ.

24. Nấm nướng trong Brow n Butter

Năng suất: 4 phần ăn

tôi ngredients :

- 1 pound nấm (nút, cremini hoặc loại khác),
- 1 muỗng canh dầu
- Muối và hạt tiêu cho vừa ăn
- 1/4 chén bơ
- 2 tép tỏi, băm nhỏ
- 1 muỗng cà phê húng tây, xắt nhỏ
- 1 thìa nước cốt chanh
- Muối và hạt tiêu cho vừa ăn

Hướng:

a) Đảo nấm với dầu, muối và hạt tiêu, sau đó trải chúng ra một lớp duy nhất trên khay nướng và nướng trong 20 phút hoặc cho đến khi chúng bắt đầu chuyển sang màu caramen, khuấy đều giữa chừng.
b) Trong một cái chảo vừa, làm tan chảy bơ cho đến khi nó có màu nâu hạt dẻ thơm ngon, sau đó bắc ra khỏi bếp và cho tỏi, húng tây và nước cốt chanh vào khuấy đều.
c) Trong một bát trộn lớn, trộn nấm đã nướng với bơ nâu và nêm muối và tiêu cho vừa ăn!

25. Chả đậu đỏ

Đối với nước sốt cà chua:

- 1 lon 14 ounce cà chua xắt nhỏ.
- Một giọt xi-rô cây thùa.
- 1 muỗng canh dầu ăn.
- 1 muỗng cà phê rượu vang đỏ, trắng.
- Ớt, thảo mộc khô và bột ớt bột để nếm thử.

Đối với bánh đậu lăng:
- 1 chén đậu lăng đỏ khô.
- 1 1/2 chén, cộng với 3 muỗng canh nước.
- 1 muỗng cà phê bột canh chay.
- 1 thìa cà phê bột nghệ.
- 1 củ hành tây, thái hạt lựu.
- 1 tép tỏi, ép.
- 1/2 muỗng cà phê thì là.
- 1 quả trứng lanh.
- 2 muỗng canh mùi tây.
- Muối và hạt tiêu cho vừa ăn.
- Dầu cần thiết.

Hướng:

a) Thêm tất cả các hoạt chất vào nồi và đun sôi. Giảm thiểu nhiệt và đun nhỏ lửa trong khoảng 30 phút, thỉnh thoảng khuấy. Thoát khỏi cái nóng.

b) Để làm chả đậu lăng: Cho đậu lăng, nước, nước luộc rau và bột nghệ vào nồi và đun sôi. Nếu cần thiết), giảm nhiệt và nấu cho đến khi đậu lăng mềm và nước được hấp thụ (thêm nhiều nước hơn. Khuấy định kỳ.

c) Mặt khác, nấu hành tây trong chảo.

d) Làm nóng lò nướng ở nhiệt độ 390° F. lót một tấm nướng bằng giấy nướng và bôi dầu.
e) Trong một cái bát, trộn đậu lăng, hành tây, tỏi, thìa là, trứng lanh, rau mùi tây, muối và hạt tiêu. Trộn đều và để nguội một chút.
f) Làm ẩm tay bằng nước, tạo hình miếng đậu lăng rồi đặt lên giấy nướng. Chải với một chút dầu.
g) Nướng đậu lăng đỏ trong khoảng 20-25 phút và dùng với sốt cà chua.

26.   Rau Arugula pesto và bí xanh

Thành phần:

- 2 lát bánh mì lúa mạch đen
- 1/2 quả bơ.
- 1/2 quả bí xanh lớn.
- Bó cải xoong.
- 1 tép tỏi.

Đối với rau arugula pesto:

- 2 nắm rau arugula lớn.
- 1 chén hạt thông (hoặc bất kỳ loại hạt nào).
- 1 nắm lớn rau muống.
- Nước cốt của 1 quả chanh.
- 1 thìa muối biển.
- 3 muỗng canh dầu ô liu.

Hướng:

a) Bắt đầu bằng cách làm sốt rau arugula pesto bằng cách cho tất cả các nguyên liệu vào máy xay thực phẩm và đánh cho đến khi sốt pesto trở nên mềm mượt như nhung.

b) Xào zucchini bằng cách trước tiên cắt nó thành những miếng ngang rất mỏng. Làm nóng tép tỏi thái lát mỏng, dầu ô liu, rắc muối biển và một vài giọt nước vào chảo nhỏ trên lửa vừa.

c) Nếu bí ngòi bắt đầu khô khi nấu, hãy cho bí ngòi vào và xào trong 7 phút - thêm nước từ từ.

d) Nướng bánh mì, sau đó phết sốt pesto lên khắp bánh mì nướng, thêm bí xanh và bơ thái lát, và dẫn đầu là cải xoong!

27. thịt hầm chay

Thành phần:

- 1 muỗng canh dầu ô liu hoặc dầu hạt cải.
- 1 củ hành tây, thái lát cẩn thận.
- 3 tép tỏi, thái lát.
- 1 muỗng cà phê ớt bột xông khói.
- 1/2 muỗng cà phê thì là xay.
- 1 muỗng canh cỏ xạ hương khô.
- 3 củ cà rốt vừa, thái lát.
- 2 cần tây vừa, thái lát mỏng
- 1 quả ớt đỏ, thái lát.
- 1 quả ớt vàng, thái lát.
- 2 hộp x 400 g cà chua hoặc cà chua bi đã gọt vỏ.
- 1 viên nước dùng rau củ được làm tối đa 250ml
- 2 bí xanh, thái lát dày
- 2 nhánh húng tây tươi.
- 250 g đậu lăng nấu chín.

Hướng:

a) Độ ấm 1 muỗng canh dầu ô liu hoặc dầu hạt cải trong một đĩa lớn, áp đảo. Thêm 1 củ hành tây thái nhỏ và nấu kỹ trong 5 – 10 phút cho đến khi mềm.

b) Thêm 3 tép tỏi cắt nhỏ, 1 thìa cà phê ớt bột xông khói, 1/2 thìa cà phê thì là, 1 thìa húng tây khô, 3 củ cà rốt cắt nhỏ, 2 nhánh cần tây thái nhỏ, 1 quả ớt đỏ thái nhỏ và 1 quả ớt vàng thái sợi và nấu trong 5 phút.

c) Thêm hai lọ 400 g cà chua, 250 ml nước dùng rau (làm bằng 1 nồi kho), 2 bí xanh cắt dày và 2 nhánh cỏ xạ hương mới và nấu trong 20 - 25 phút.

d) Vớt các nhánh cỏ xạ hương ra. Trộn trong 250 g đậu lăng nấu chín và hầm. Trình bày với gạo basmati hoang dã và trắng, bí hoặc quinoa.

28.   cải bruxen nướng

Thành phần:

- 1 lb cải Brussels, thái làm đôi.
- 1 củ hẹ, xắt nhỏ.
- 1 muỗng canh dầu ô liu.
- Muối và hạt tiêu cho vừa ăn.
- 2 muỗng cà phê giấm balsamic.
- 1/4 chén hạt lựu.
- 1/4 chén pho mát dê, vụn.

Hướng:

a) Làm nóng lò nướng của bạn ở nhiệt độ 400° F. Phủ dầu lên cải Brussels. Rắc muối và hạt tiêu.

b) Chuyển sang chảo nướng. Nướng trong lò trong 20 phút.

c) Mưa phùn với giấm.

d) Rắc hạt và pho mát trước khi phục vụ.

29. diêm mạch

Thành phần:

- 1 chén khoai lang, cắt khối.
- 1/2 cốc nước.
- 1 muỗng canh dầu ô liu.
- 1 củ hành tây, xắt nhỏ.
- 3 nhánh tỏi, băm nhuyễn.
- 1 muỗng cà phê thì là.
- 1 muỗng cà phê rau mùi xay.
- 1/2 thìa ớt bột.
- 1/2 thìa cà phê oregano khô.
- 15 oz. đậu đen rửa sạch, để ráo nước.
- 15 oz. cà chua nướng.
- 1 1/4 chén nước luộc rau.
- 1 cốc ngô đông lạnh 1 cốc quinoa (chưa nấu chín).
- Muối để nếm thử.
- 1/2 chén kem chua nhẹ.
- 1/2 chén lá ngò tươi.

Hướng:

a) Thêm nước và khoai lang vào chảo trên lửa vừa. Đun sôi.

b) Giảm nhiệt và nấu cho đến khi khoai lang mềm.

c) Thêm dầu và hành tây.

d) Nấu trong 3 phút. Khuấy tỏi và gia vị và nấu trong 1 phút.

e) Thêm phần còn lại của các thành phần trừ kem chua và rau mùi. Nấu trong 20 phút.

f) Phục vụ với kem chua và trên cùng với rau mùi trước khi phục vụ.

30.   Bún đậu hủ

Thành phần:

- 1/2 quả dưa chuột lớn.
- 100 ml giấm gạo đỏ.
- 2 muỗng canh đường vàng.
- 100ml dầu ăn.
- 200 g đậu phụ gói công ty, cắt miếng vuông 3 cm.
- 2 muỗng canh xi-rô phong.
- 4 muỗng canh tương miso nâu hoặc trắng.
- 30g vừng trắng.
- 250 g mì soba khô.
- 2 củ hành tây, cắt nhỏ, để phục vụ.

Hướng:

a) Sử dụng dụng cụ gọt vỏ, cắt những dải ruy băng mỏng ra khỏi dưa chuột, để lại hạt. Đặt các dải ruy băng vào một cái bát và đặt sang một bên. Đun nóng nhẹ giấm, đường, 1/4 thìa cà phê muối và 100ml nước trong chảo trên lửa vừa trong 3-5 phút cho đến khi đường hóa lỏng, sau đó đổ dưa chuột lên và để dưa chua trong tủ lạnh trong khi bạn chuẩn bị đậu phụ.

b) Đun nóng tất cả trừ 1 muỗng canh dầu trong chảo chống dính lớn trên lửa vừa cho đến khi bong bóng bắt đầu nổi lên trên bề mặt. Thêm đậu phụ và chiên trong 7-10 phút .

c) Trong một cái bát nhỏ, trộn mật ong và miso với nhau. Trải hạt mè ra đĩa. Phết nước sốt mật ong dính lên đậu phụ chiên và để phần thừa sang một bên. Bọc đều đậu phụ trong hạt, rắc một chút muối và để ở nơi ấm áp.

d) Chuẩn bị mì và trộn với phần dầu còn lại, nước sốt còn lại và 1 muỗng canh nước ngâm dưa chuột. Nấu trong 3 phút cho đến khi ấm qua.

31.   Giá đỗ xanh

Thành phần:

- 600 g cải bruxen, cắt làm tư.
- 600 g đậu xanh.
- 1 muỗng canh dầu ô liu.
- Vỏ và nước cốt 1 quả chanh.
- 4 muỗng canh hạt thông nướng.

Hướng:

a) Nấu trong vài giây, sau đó thêm rau và xào trong 3-4 phút cho đến khi rau mầm hơi ngả màu.

b) Thêm một vắt nước cốt chanh và muối và hạt tiêu cho vừa ăn.

32. Đậu hũ củ cải

Thành phần:

- 200 g đậu phụ cứng.
- 2 muỗng canh hạt mè.
- 1 muỗng canh shichimi Nhật Bản togarashi.

Hỗn hợp gia vị.

- 1/2 muỗng canh bột ngô.
- 1 Muỗng canh dầu mè.
- 1 muỗng canh dầu thực vật.
- 200 g bông cải xanh non.
- 100 g đậu Hà Lan ngâm đường.
- 4 củ cải, thái nhỏ.
- 2 củ hành tây, thái lát cẩn thận.
- 3 quả quất, thái lát rất mịn.

cho băng

- 2 muỗng canh nước tương Nhật ít muối.
- 2 muỗng canh nước ép yuzu (hoặc 1 muỗng canh nước cốt chanh và bưởi).
- 1 muỗng cà phê đường vàng.

- 1 củ hẹ nhỏ, thái hạt lựu.

- 1 thìa cà phê gừng nạo.

Hướng:

a) Cắt đậu phụ làm đôi, bọc kỹ bằng giấy ăn và bày ra đĩa. Đặt một cái chảo nặng lên trên để ép nước ra khỏi chảo. Lật giấy vài lần cho đến khi đậu hũ khô lại thì cắt miếng vừa ăn. Trộn đều hạt mè, hỗn hợp gia vị Nhật Bản và bột ngô trong một cái bát. Xịt lên đậu phụ cho đến khi có lớp tốt. Để qua một bên.

b) Trong một cái bát nhỏ, trộn các thành phần thay đổ với nhau. Đun sôi một nồi nước rồi cho rau vào đun nóng hai loại dầu trong chảo lớn.

c) Khi chảo rất nóng, cho đậu phụ vào và chiên mỗi mặt khoảng 1 phút cho đến khi có màu nâu đẹp mắt.

d) Khi nước sôi, cho bông cải và đậu Hà Lan vào chần sơ qua trong 2-3 phút.

33. Galette bí ngô Butternut

Thành phần:

- 1 1/2 chén bột đánh vần.
- 6-8 lá xô thơm.
- 1/4 cốc nước lạnh.
- 6 Muỗng canh dầu dừa.
- Muối biển.

Đối với điền:

- 1 muỗng canh dầu ô liu.
- 1/4 củ hành tím, thái lát mỏng.
- 1 muỗng canh lá xô thơm.
- 1/2 quả táo đỏ, thái lát rất mịn.
- 1/4 quả bí đao, bỏ vỏ và thái lát rất mịn.
- 1 muỗng canh dầu dừa, chia nhỏ và đặt làm topping.
- 2 muỗng canh cây xô thơm, dành riêng cho topping.
- Muối biển.

Hướng:

a) Làm nóng lò nướng của bạn ở nhiệt độ 350 ° F.

b) Làm vỏ bánh bằng cách thêm bột mì, muối biển và lá xô thơm vào cối xay thực phẩm. Dần dần thêm dầu dừa và nước, và đập thường xuyên khi nó nhẹ nhàng trộn vào bột. Xung chỉ đủ cho đến khi các thành phần tích hợp với nhau, khoảng 30 giây.

c) Trong lúc đó, làm nhân bánh. Trong một cái chảo nhỏ ở nhiệt độ trung bình cao, làm nóng dầu ô liu. Cho hành tây, chút muối, một thìa cà phê lá xô thơm vào và xào trong khoảng 5 phút. Đặt cái này sang một bên khi bạn cán bột thành hình tròn, dày khoảng 1/4 inch.

d) Trộn bí và táo trong một bát nhỏ với một ít dầu ô liu và muối biển. Thêm các lát bí đỏ và táo lên trên hành tây (đơn giản như bạn nhìn thấy trong hình).

e) Nhẹ nhàng gấp các cạnh của lớp vỏ lên trên các mặt ngoài của quả bí. Cho một ít dầu dừa lên trên galette cùng với lá xô thơm và nướng trong lò khoảng 20-25 phút hoặc cho đến khi lớp vỏ bong ra và bí đã chín.

34. Quinoa với bột cà ri

Thành phần

- 2 muỗng canh cọng rau mùi tươi.
- lá ngò tươi.
- 6 tép tỏi.
- 1 muỗng canh bột rau mùi.
- 1/2 muỗng canh bột thì là.
- 1 inch gừng (không có vỏ).
- Nước cốt của 1 quả chanh.
- 1 nhánh sả
- 1/2 chén hẹ hoặc hành trắng.
- 1 thìa ớt bột.
- Muối biển.
- cà ri xanh

Hướng:

a) Bắt đầu bằng cách làm bột cà ri bằng cách chỉ trộn mọi thứ vào máy xay thực phẩm cho đến khi hỗn hợp được trộn đều và nghiền thành bột nhão.

b) Bây giờ cho món cà ri - ở nhiệt độ trung bình/cao, làm ấm dầu dừa và hành tây trong 5 phút. Cho tất cả các loại rau, đường dừa, bột cà ri và 1/4 cốc nước vào đun nhỏ lửa và đậy nắp trong khoảng 10 phút.

c) Cho thêm nước từ từ để rau không bị cháy. Ngay sau khi rau đã chín, cho nước cốt dừa và 1 cốc nước vào, nấu thêm 10 phút nữa cho đến khi rau chín hoàn toàn. Cho nước cốt chanh tươi, thêm lá ngò vào khuấy đều và phủ lên trên gạo lứt hoặc hạt diêm mạch!

35. Thịt xông khói cà rốt nướng

Thành phần:

- 3 củ cà rốt lớn.
- 2 muỗng canh dầu hạt cải.
- 1 muỗng cà phê bột tỏi.
- 1 muỗng cà phê ớt bột hun khói.
- 1 muỗng cà phê muối.

Hướng:

a) Cà rốt rửa sạch (không cần gọt vỏ) và cắt miếng theo chiều dọc bằng cách sử dụng một cây đàn mandolin. Đặt các dải cà rốt lên khay nướng có lót giấy da. Làm nóng lò ở nhiệt độ 320° F. khuấy các thành phần còn lại với nhau trong một cái bát nhỏ rồi quét các dải cà rốt lên cả hai mặt.

b) Cho vào lò nướng trong 15 phút hoặc khi các dải cà rốt gợn sóng.

36. Cá hồi trên spaghetti bí

Thành phần:

- ½ thìa cà phê bột ngũ vị hương
- 1 muỗng cà phê vỏ cam nạo
- ½ muỗng cà phê đường
- ¼ muỗng cà phê muối kosher
- ½ muỗng cà phê tiêu đen mới xay
- Hai phi lê cá hồi 6 ounce
- 2 muỗng cà phê mù tạt Dijon
- 1 muỗng canh dầu đậu phộng
- 2 chén bí spaghetti nướng
- 2 muỗng canh rau mùi tươi băm nhỏ

Hướng:

a) Khuấy bột ngũ vị hương với vỏ cam, đường, muối và hạt tiêu trong một bát nhỏ. Chà vào cả hai mặt của miếng phi lê trên giấy sáp. Chải mù tạt lên miếng phi lê.

b) Làm nóng chảo lớn trên lửa vừa và cao, sau đó tráng dầu ở đáy chảo. Rán phi lê, chỉ trở một lần cho đến khi bên ngoài giòn và có màu nâu, tổng thời gian từ 5 đến 8 phút.

c) Trong khi đó, chia quả bí giữa hai đĩa ăn tối đã hâm nóng. Đặt phi lê cá lên trên và trang trí với rau mùi.

37. Bí Carbonara
(Tổng thời gian: **25 PHÚT** | Số lần phục vụ: 3)

Thành phần:

- 1 gói mì konjac yam (Shirataki)
- 2 lòng đỏ trứng
- 3 muỗng canh nước ép bí đao
- 1/3 chén phô mai parmesan, nạo
- $\frac{1}{2}$ cốc kem nặng
- 2 muỗng canh bơ hữu cơ
- 4 miếng thịt xông khói
- $\frac{1}{2}$ muỗng cà phê cây xô thơm khô
- Muối và hạt tiêu cho vừa ăn

Hướng:

a) Đun sôi nước và ngâm mì trong 3 phút. Căng thẳng và đặt sang một bên.

b) Áp chảo pancetta trên chảo nóng và cắt nhỏ. Dự trữ chất béo từ pancetta

c) Đặt mì đã căng vào chảo đã nấu pancetta và nấu trong 5 phút. Để qua một bên.

d) Trên một chảo khác (cỡ lớn) làm tan chảy bơ trên lửa vừa và để có màu nâu. Thêm bí nghiền nhuyễn và nêm với cây xô thơm.

e) Đổ heavy cream vào chảo, cho mỡ từ pancetta vào khuấy đều.

f) Cuối cùng, thêm phô mai parmesan vào nước sốt và trộn đều. Giảm nhiệt xuống thấp và khuấy cho đến khi nước sốt đặc lại.

g) Chuyển mì vào chảo với nước sốt, đập trứng và kết hợp tất cả các thành phần với nhau.

38. Sốt cà chua nướng

Thành phần:

- 10 quả cà chua
- Bó húng quế tươi
- Tỏi, củ
- Dầu ô liu
- Muối và tiêu

Hướng:

a) Làm nóng lò ở 375 F.

b) Cắt đôi 10 quả cà chua theo chiều dọc

c) Thêm một bó húng quế tươi.

d) Cắt toàn bộ củ tỏi ở giữa và đặt mỗi nửa củ tỏi úp vào đĩa nướng.

e) Ngâm cà chua trong dầu ô liu và xay muối và hạt tiêu.

f) Nướng trong lò khoảng 1 giờ rồi tắt lò thêm 30 phút nữa và để trong lò ấm.

g) Lấy cà chua ra và để nguội.

h) Không trộn lẫn, vì bạn muốn ép thịt và hột ra khỏi da và loại bỏ vỏ, vắt tỏi ra khỏi tép và vứt bỏ vỏ.

i) Nghiền bằng nĩa.

39. xúp rau

Thành phần:

- 2 cà tím lớn
- 1 củ hành tây lớn
- 2 quả ớt (có thể xanh, đỏ, vàng)
- 2 hộp cà chua xắt nhỏ
- 1 gói tuỷ baby
- 1 cái nấm kim châm
- 1 gói cải bó xôi
- 2 $\frac{1}{4}$ chén nước dùng gà
- Muối và tiêu
- 2 tép tỏi (thái nhỏ hoặc ép)

Hướng:

a) Xắt nhỏ tất cả các thành phần.

b) Cho tất cả các loại rau, tỏi và hành đã thái nhỏ vào nước kho và đun ở lửa vừa cho đến khi nước cạn bớt và các loại rau tạo thành một món hầm đậm đà thơm ngon.

c) Dùng với 150g phô mai tươi, 30g cheddar hoặc 6 muỗng canh phô mai Parmesan

40. súp lơ nướng

Thành phần:

- 4 lát thị t xông khói
- 2 chén bông cải xanh
- 2 chén súp lơ
- 2 chén nấm
- 1 quả ớt xanh
- 1 củ hành tây
- 1 cốc kem
- 3 muỗng canh phô mai, nạo
- 2 muỗng canh dầu ô liu

Hướng:

a) Làm nóng lò ở 360 F.

b) Hấp hoặc nấu súp lơ và bông cải xanh cho đến khi mềm rồi chuyển sang đĩa chị u nhiệt trong lò.

c) Chiên các lát thị t xông khói, nấm, tiêu xanh và hành tây trong 2 muỗng canh dầu ô liu.

d) Đổ thị t xông khói chiên và nấm lên trên súp lơ.

e) Trong một cái bát, đánh 4 quả trứng với kem và nêm nếm rồi đổ lên súp lơ hoặc bông cải xanh.

f) Đặt vào lò nướng để nấu trong 25 phút. Lấy ra khỏi lò và rắc phô mai bào.

g) Đặt lại vào lò nướng và nấu thêm 5 phút nữa.

41. bánh bông lan

Thành phần:

- 1,3 lạng. hoa súp lơ
- 1 củ hành tây, xắt nhỏ
- 3 tép tỏi, thái nhỏ
- 1 muỗng cà phê nghệ
- 1 chén phô mai parmesan, bào mịn
- 1 chén phô mai cheddar trắng trưởng thành, bào thô
- 8 quả trứng
- 1-2 muỗng cà phê muối
- 2 muỗng canh vỏ mã đề
- 1 cốc kem
- 1 muỗng canh dầu dừa
- Hạt mè
- Dầu ô liu

Hướng:

a) Làm nóng lò ở 360 F.

b) Hấp súp lơ. Giữ nguyên một nửa và nghiền phần còn lại.

c) Xào hành tây, tỏi, nghệ trong dầu dừa cho đến khi mềm. Để qua một bên.

d) Trong một cái bát riêng, đánh trứng. Thêm kem, phô mai, muối và vỏ mã đề.

e) Kết hợp súp lơ nguyên củ và nghiền với hành tây xào và hỗn hợp trứng trong một cái bát.

f) Lót giấy nướng đã bôi mỡ vào khay nướng dạng lò xo và rắc hạt mè lên trên. Đặt chảo lên khay nướng.

g) Đổ hỗn hợp súp lơ vào và nướng trong lò trong 40 phút.

h) Ngay khi lấy ra khỏi lò, dùng nĩa chọc nhẹ khắp bề mặt và rưới dầu ô liu lên.

42. Cải xoăn gia vị "Thịt viên"

Phục vụ: 8

Thành phần:

- 4 muỗng canh dầu ô liu
- 1 chén bột hạnh nhân
- 1 bó lá cải xoăn
- 1 quả ớt xanh, xắt nhỏ
- 1/4 muỗng cà phê bột ớt đỏ
- 1/4 muỗng cà phê bột nghệ
- 1 muỗng cà phê bột hạt thì là
- 1/4 muỗng cà phê gừng, băm nhỏ
- Muối đen hoặc muối theo khẩu vị
- 1 muỗng cà phê baking soda hoặc baking soda (tùy chọn)
- Nước pha bột

Hướng:

a) Trong một bát, trộn tất cả các thành phần với nhau.

b) Kết hợp và nhào bột bằng ngón tay của bạn. Độ đặc không được quá đặc cũng không quá loãng. Làm món "thịt viên" cải xoăn.

c) Đun nóng dầu trong chảo. Đặt từng viên "thịt viên" cải xoăn vào dầu nóng.

d) Chiên từng ít một, đừng chiên quá nhiều. Khi chúng có màu vàng từ một mặt, lật và nấu ở mặt khác.

e) Lấy khoai tây chiên ra bằng thìa có rãnh và đặt lên khăn ăn thấm nước.

f) Phục vụ nóng.

43. Carbonara bí ngô

Đã có: 4

Thành phần:

- 5 oz. Pancetta
- ¼ cốc kem béo
- 2 muỗng canh bơ
- ½ muỗng cà phê Sage khô
- Tiêu đen
- 1 gói mì Shirataki
- 2 Lòng đỏ trứng
- 1/3 chén phô mai Parmesan
- 3 muỗng canh Bí ngô nghiền
- Muối ăn

Hướng:

a) Đun sôi một nồi nước rồi cho mì vào luộc trong 3 phút rồi vớt ra để ráo. Làm khô hoàn toàn và đặt sang một bên cho đến khi cần thiết.

b) Cắt nhỏ pancetta, làm nóng chảo và chiên pancetta cho đến khi giòn. Dự trữ dầu và đặt pancetta sang một bên cho đến khi cần thiết.

c) Làm nóng một cái nồi nhỏ và cho bơ vào, nấu cho đến khi chuyển sang màu nâu thì cho hỗn hợp nhuyễn và lá xô thơm vào.

d) Thêm pancetta, chất béo và kem, trộn với nhau cho đến khi kết hợp hoàn toàn.

e) Đun nóng chảo có mỡ trên ngọn lửa lớn và cho mì vào xào trong 5 phút.

f) Thêm phô mai vào hỗn hợp bí ngô, kết hợp và hạ nhiệt; nấu cho đến khi nước sốt đặc lại.

g) Thêm pancetta và mì vào nước sốt, đảo đều sau đó thêm lòng đỏ và trộn đều; nấu trong 3 phút.

h) Phục vụ.

44. Bữa ăn xúc xích Ý một nồi

Đã có: 2

Thành phần:

- 1 muỗng canh hành tây
- $\frac{1}{4}$ chén phô mai Parmesan
- $\frac{1}{2}$ muỗng cà phê Oregano
- $\frac{1}{4}$ thìa cà phê muối
- 3 link xúc xích
- 4 oz. Nấm
- $\frac{1}{4}$ chén phô mai Mozzarella (thái nhỏ)
- $\frac{1}{2}$ thìa cà phê húng quế
- $\frac{1}{4}$ muỗng cà phê ớt đỏ mảnh

Hướng:

a) Đặt lò ở 350 F.

b) Làm nóng chảo gang cho đến khi bắt đầu bốc khói, sau đó cho xúc xích vào và nấu cho đến khi gần chín.

c) Cắt hành tây và nấm, lấy xúc xích ra khỏi nồi, thêm rau thái lát và nấu trong 3 phút cho đến khi vàng.

d) Cắt xúc xích và thêm vào chảo cùng với gia vị. Thêm parmesan và khuấy để kết hợp.

e) Đặt chảo vào lò nướng và nấu trong 10 phút sau đó cho phô mai mozzarella lên trên và nấu cho đến khi phô mai tan chảy.

f) Phục vụ.

45. Xà lách bông cải

Thành phần:

- 1 chén bông cải xanh
- 2 cọng cần tây vừa
- 1/2 chén miếng nấm (chiên)
- 1/4 chén cà chua bi
- 1 muỗng canh dầu ô liu
- 2 chén Xà lách
- 1 muỗng canh giấm balsamic
- ½ chén hạt bí rang khô trên chảo

Hướng:

a) Cho tất cả nguyên liệu vào tô, trộn đều và thưởng thức.

46. Thịt xông khói với phô mai súp lơ nghiền

Thành phần:

- 4 chén hoa súp lơ, xắt nhỏ
- 3 muỗng canh kem nặng
- ¼ muỗng cà phê bột tỏi
- Muối và hạt tiêu cho vừa ăn
- 4 dải thịt xông khói, nấu chín và cắt nhỏ
- 1 chén phô mai cheddar, cắt nhỏ

Hướng:

a) Trong một cái bát an toàn với lò nướng, trộn những bông súp lơ đã cắt nhỏ, kem nặng, bơ và nêm bột tỏi, muối và hạt tiêu.
b) Đặt bát vào lò vi sóng và nấu ở nhiệt độ cao trong 20 phút hoặc cho đến khi súp lơ mềm.
c) Đổ súp lơ đã nấu chín vào máy xay thực phẩm và thêm thịt xông khói và phô mai cheddar.
d) Xung cho đến khi bạn đạt được sự thống nhất mịn màng.
e) Phục vụ với một miếng bơ trên đầu trang.

47. Đậu phụ nướng giòn và salad Bok Choy

Đã có: 3

Thành phần:

Đối với đậu phụ:

- 1 muỗng canh nước tương
- 1 muỗng canh nước
- 1 muỗng canh giấm rượu gạo
- 15 oz. đậu hũ siêu cứng
- 1 muỗng canh dầu mè
- 2 thìa cà phê tỏi
- nước cốt $\frac{1}{2}$ quả chanh

Đối với Salad:

- 1 củ hành lá
- 3 muỗng canh dầu dừa
- 1 muỗng canh sambal oelek
- $\frac{1}{2}$ nước cốt chanh
- 9 oz. Bok choy
- 2 muỗng canh rau mùi, xắt nhỏ

- 2 muỗng canh nước tương
- 1 muỗng canh bơ đậu phộng
- 7 giọt chất lỏng stevia

Hướng:

a) Bọc đậu phụ trong một miếng vải sạch và ép trong 6 giờ cho đến khi khô.

b) Kết hợp nước tương, nước, giấm, nước cốt chanh, dầu mè và tỏi trong một cái bát và đậu phụ. Thêm vào nước xốt, đậy bằng nhựa và để trong 30 phút hoặc qua đêm nếu có thể.

c) Đặt lò nướng ở nhiệt độ 350 F. Sử dụng giấy da để lót một tấm nướng và đặt đậu phụ đã ướp lên trên tấm. Nướng trong 35 phút.

d) Chuẩn bị nước xốt cho món salad bằng cách kết hợp tất cả các nguyên liệu trừ cải ngọt. Thái nhỏ cải ngọt và cho vào nước sốt.

e) Top bok choy với đậu phụ nướng và phục vụ.

48. sốt kem rau bó xôi

Thành phần:

- 2 chén rau bina
- ½ củ hành tây nhỏ, xắt nhỏ
- ¼ chén nước
- 1/2 khối lập phương
- 1 tép tỏi, băm nhỏ
- ¼ chén kem nặng
- 2 muỗng canh bơ
- Muối và hạt tiêu cho vừa ăn
- Phô mai (tùy chọn)

Hướng:

a) Cho rau bina và hành tây vào chảo với nước và đun nóng trên lửa vừa cao.

b) Thêm khối nước dùng và tỏi và để hấp trong 8-10 phút hoặc cho đến khi nước bốc hơi hết và rau bina rất mềm.

c) Đổ kem nặng và bơ vào, sau đó nêm muối và hạt tiêu. Nấu cho đến khi nó đặc lại.

d) Sử dụng máy xay cầm tay xay rau bina cho đến khi khá mịn.

e) Dùng khi còn nóng

49. Bánh mì phô mai với húng quế tươi

Đã có: 3

Thành phần:

- 2 chén mì zucchini (zoodles)
- 2 muỗng canh húng quế tươi xắt nhỏ
- 1/4 chén pho mát pecorino Romano, cạo
- 1/4 chén phô mai Grana Padano, nạo
- 3 muỗng canh bơ mặn
- 3 tép tỏi nghiền
- 1 muỗng cà phê hạt tiêu đỏ
- 1 muỗng canh ớt đỏ xắt nhỏ
- 1 Muỗng canh dầu dừa
- Muối và hạt tiêu tươi để nếm

Hướng:

a) Trong chảo rán trên lửa vừa, làm tan chảy bơ và dầu dừa. Thêm tỏi, ớt đỏ xắt nhỏ và ớt đỏ. Chỉ xào trong 1 phút.
b) Cho mì vào và nấu trong 1-2 phút. Tắt lửa và trộn với húng quế tươi. Quăng nhẹ.
c) Thêm pho mát Pecorino Romano và quăng.
d) Cuối cùng, rắc phô mai Grana Padano bào lên trên.

e) Phục vụ ngay lập tức.

50. Bánh Burger Chay

Thành phần:

- 2 chén cải Brussels
- 3 quả trứng hữu cơ
- 1 chén phô mai parmesan, nạo
- 1 ½ phô mai dê
- ½ chén hành lá, xắt nhỏ
- 1/3 chén bột hạnh nhân
- 1 chén phô mai parmesan
- 1 ½ phô mai dê
- Muối và hạt tiêu cho vừa ăn

Hướng:

a) Cải Brussels rửa thật sạch rồi cho vào máy xay thực phẩm để cắt nhỏ.
b) Chuyển cải Brussels vào bát và thêm phô mai parmesan và bột hạnh nhân vào bát. Nêm với muối và hạt tiêu.
c) Trong một bát khác, đánh trứng và sau đó đổ hỗn hợp cải Brussels vào. Kết hợp tốt bằng tay của bạn.
d) Tạo miếng bánh mì kẹp thịt, khoảng 4 oz. từng miếng rồi chiên trong chảo gang đã bôi mỡ khoảng 2 phút cho mỗi mặt hoặc cho đến khi giòn.

51. Súp lơ cay với xúc xích Sujuk

Thành phần:

- 4 chén súp lơ đông lạnh
- 8 oz. Xúc xích Sujuk thái lát (hoặc pastrami đỏ)
- 1 quả ớt xanh, xắt nhỏ
- 1 muỗng cà phê gia vị Cajun
- 1/2 củ hành tây, xắt nhỏ
- 2 muỗng canh tỏi băm
- 2 muỗng canh dầu ô liu

Hướng:

a) Trong chảo, xào hành tây trong dầu ô liu trong 2-3 phút.

b) Bóp chất lỏng từ súp lơ xắt nhỏ và thêm vào chảo. Xào súp lơ với hành tây trong 5-10 phút.

c) Thêm gia vị Cajun và trộn. Thêm vào xúc xích sujuk xắt nhỏ hoặc pastrami và ớt xanh.

d) Quăng và nấu cho đến khi khoảng 5 phút. Chuyển sang đĩa. Phục vụ.

52. Rau mầm Brussels Balsamic và thịt xông khói

Khẩu phần: 4

Thành phần :

- ¾ đến 1 lb. Cải Brussels
- 1 muỗng cà phê dầu ô liu
- 1 muỗng cà phê giấm balsamic
- 2 lát thịt xông khói, không chứa nitrat
- 1 nhúm muối và hạt tiêu, để hương vị

Chỉ đường :

a) Trước tiên, rửa và cắt cải Brussels. Cắt bỏ phần cuối thân cứng và loại bỏ bất kỳ lá bị hư hỏng nào. Thấm khô chúng.

b) Làm nóng trước nồi chiên không dầu của bạn ở nhiệt độ 380°F. trong 3 phút

c) Trong một bát vừa, trộn với dầu và giấm balsamic.

d) Cắt lát thịt xông khói thành miếng một inch. Thêm mầm vào giỏ nồi chiên không khí và đặt các miếng thịt xông khói lên trên.

e) Chiên không khí trong 16-18 phút, lắc giỏ ít nhất một lần trong khi nấu.

f) Kiểm tra độ chín bằng nĩa và thêm một hoặc hai phút nữa thời gian chiên nếu cần.

53. Củ cải nướng tỏi Parmesan

năng suất: 2 PHỤC VỤ

Thành phần :

- 12 oz. túi Củ cải, tỉa và giảm một nửa
- 1 muỗng canh (16g) dầu ô liu, chia
- 1 tép tỏi, nghiền nát
- Một nhúm muối Kosher
- 2 muỗng canh Parmesan nạo
- 1/4 muỗng cà phê ớt đỏ và rau mùi tây

Chỉ đường :

a) Cắt đôi củ cải (một phần tư củ cải loại cực lớn) và trộn với 1/2 muỗng canh (8g) dầu ô liu. Thêm củ cải vào giỏ nồi chiên không khí và nấu trong 8 phút ở 400°F.

b) Trong cùng một bát, thêm 1/2 muỗng canh dầu ô liu còn lại, tỏi nghiền, muối, ớt đỏ và mảnh mùi tây. Khuấy mọi thứ lại với nhau.

c) Sau 8 phút trong nồi chiên không khí, cho củ cải trở lại bát với hỗn hợp dầu ô liu, trộn đều để phủ đều. Thêm phô mai parmesan bào và khuấy mọi thứ lại với nhau cho đến khi củ cải được phủ đều phô mai parmesan.

d) Đặt củ cải trở lại giỏ nồi chiên không dầu và nấu thêm 68 phút ở nhiệt độ 400°F cho đến khi có màu vàng nâu giòn.

54. Súp lơ nồi chiên Air F

Khẩu phần: 4

Thành phần :

- 3/4 muỗng canh nước sốt nóng, vui lòng dùng nước sốt nhẹ nếu bạn không thích nóng

- 1 muỗng canh dầu bơ

- muối để hương vị

- 1 đầu súp lơ vừa cắt thành từng miếng rửa sạch và vỗ nhẹ cho khô hoàn toàn

Chỉ đường :

a) Làm nóng trước nồi chiên không khí đến 400F / 200C

b) Trộn nước sốt nóng, bột hạnh nhân, dầu bơ và muối trong một bát lớn.

c) Thêm súp lơ và trộn cho đến khi tráng.

d) Thêm một nửa súp lơ vào nồi chiên không khí và chiên .

e) Đảm bảo mở nồi chiên không khí và lắc giỏ chiên 23 lần để lật súp lơ. Hủy bỏ và đặt sang một bên.

f) Thêm mẻ thứ hai, nhưng nấu ít hơn 23 phút .

g) Phục vụ ấm áp với một số nước sốt nóng thêm để chấm.

55. củ khoai tây chiên

Khẩu phần 4

Thành phần :

- 8 chén Jicama (bóc vỏ, xắt thành que diêm mỏng, dày 1/4 inch và dài 3 inch)
- 2 muỗng canh Dầu ô liu
- 1/2 muỗng cà phê Bột tỏi
- 1 muỗng cà phê thì là
- 1 muỗng cà phê muối biển
- 1/4 muỗng cà phê Tiêu đen
- 1/2 chén phô mai Cheddar (thái nhỏ)
- 1/4 chén Hành lá (thái nhỏ)

Chỉ đường :

a) Đun sôi một nồi nước lớn trên bếp. Thêm khoai tây chiên và đun sôi trong 12 đến 15 phút, cho đến khi không còn giòn nữa.

b) Khi củ đậu không còn giòn nữa thì vớt ra, thấm khô.

c) Đặt lò nướng không khí ở nhiệt độ 400 độ và để lò nóng trước trong 2 đến 3 phút. Tra dầu vào các giá đỡ hoặc giỏ của nồi chiên không khí mà bạn sẽ sử dụng.

d) Đặt khoai tây chiên vào một bát lớn cùng với dầu ô liu, bột tỏi, thì là và muối biển. Toss để áo khoác.

56. rau kabobs

Khẩu phần: 6

Thành phần :

- 1 chén (75g) nấm mỡ
- 1 cốc (200g) cà chua nho
- 1 quả zucchini nhỏ cắt thành khối
- 1/2 muỗng cà phê thì là
- 1/2 quả ớt chuông thái lát
- 1 củ hành tây nhỏ cắt thành khối (hoặc 34 củ hẹ nhỏ, giảm một nửa)
- muối để hương vị

Chỉ đường :

a) Xiên gỗ sồi ngâm trong nước ít nhất 10 phút trước khi sử dụng.

b) Làm nóng trước nồi chiên không khí đến 390F / 198C.

c) Xiên rau củ vào xiên.

d) Đặt các xiên vào nồi chiên không khí và đảm bảo chúng không chạm vào nhau. Nếu giỏ nồi chiên không khí nhỏ, bạn có thể phải cắt các đầu của xiên cho vừa.

e) Nấu trong 10 phút, lật nửa chừng thời gian nấu. Vì nhiệt độ của nồi chiên không khí có thể thay đổi, hãy bắt đầu với ít thời gian hơn và sau đó thêm nhiều hơn nếu cần.

f) Chuyển kabob chay vào đĩa và phục vụ.

57. mì spaghetti bí đỏ

Phục vụ: 2

Thành phần :

- 1 (2 lbs.) bí spaghetti
- 1 ly nước
- rau mùi để phục vụ
- 2 muỗng canh rau mùi tươi để trang trí (tùy chọn)

Chỉ đường :

a) Cắt bí làm đôi. Loại bỏ các hạt từ trung tâm của nó.
b) Đổ một cốc nước vào miếng chèn của Instant Pot và đặt trivet vào bên trong.
c) Sắp xếp hai nửa quả bí trên khay, với mặt da úp xuống.
d) Đậy chặt nắp và chọn "Manual" với áp suất cao trong 20 phút.
e) Sau tiếng bíp, nhả tự nhiên và tháo nắp.
f) Lấy bí ra và dùng hai chiếc nĩa để cắt nhỏ từ bên trong.
g) Ăn kèm với thịt lợn cay nếu cần.

58. Rau mầm Brussels tráng men bằng phong

Máy chủ 4

Thành phần :

- 1 lb cải Brussels (cắt tỉa)
- 2 muỗng canh nước cam tươi vắt
- ½ thìa cà phê vỏ cam nạo
- ½ thìa bơ phết Earth Balance
- 1 muỗng canh xi-rô phong
- Muối và hạt tiêu đen để nếm

Chỉ đường :

a) Thêm tất cả nguyên liệu vào Instant Pot.
b) Đậy chặt nắp và chọn chức năng "Manual" trong 4 phút với áp suất cao.
c) Tháo nhanh sau tiếng bíp, sau đó tháo nắp.
d) Khuấy đều và dùng ngay.

59. khoai tây vôi

Phục vụ: 2

Thành phần :

- ½ muỗng canh dầu ô liu
- 2 ½ củ khoai tây vừa, chà sạch và thái khối
- 1 muỗng canh hương thảo tươi, xắt nhỏ
- Hạt tiêu đen mới xay để nếm
- ½ chén nước luộc rau
- 1 muỗng canh nước cốt chanh tươi

Chỉ đường :

a) Cho dầu, khoai tây, hạt tiêu và hương thảo vào Instant Pot.
b) "Xào" trong 4 phút với việc khuấy liên tục.
c) Thêm tất cả các nguyên liệu còn lại vào Instant Pot.
d) Đóng chặt nắp và chọn chức năng "Thủ công" trong 6 phút với áp suất cao.
e) Tháo nhanh sau tiếng bíp rồi tháo nắp.
f) Khuấy nhẹ và dùng nóng.

60. Hỗn hợp cải Brussels và cà chua

Máy chủ 4

Thành phần :

- 1 lb cải Brussels; cắt tỉa
- 6 quả cà chua bi; giảm một nửa
- 1/4 chén hành lá; băm nhỏ.
- 1 muỗng canh dầu ô liu
- Muối và hạt tiêu đen để hương vị

Chỉ đường :

a) Nêm cải Brussels với muối và hạt tiêu, cho vào nồi chiên không khí và nấu ở nhiệt độ 350 °F trong 10 phút
b) Chuyển chúng vào một cái bát, thêm muối, hạt tiêu, cà chua bi, hành lá và dầu ô liu, đảo đều và dùng.

61. củ cải băm

Máy chủ 4

Thành phần :

- 1/2 muỗng cà phê bột hành
- 1/3 cốc phô mai parmesan; nạo
- 4 quả trứng
- 1 lb củ cải; cắt lát
- 1/2 muỗng cà phê bột tỏi
- Muối và hạt tiêu đen để hương vị

Chỉ đường :

a) Trong một cái bát; trộn củ cải với muối, hạt tiêu, hành và bột tỏi, trứng và parmesan và khuấy đều
b) Chuyển củ cải vào chảo phù hợp với nồi chiên không dầu của bạn và nấu ở nhiệt độ 350°F trong 7 phút
c) Chia băm trên đĩa và phục vụ.

62. Nấm với các loại thảo mộc và kem

Phục vụ: 4

Thành phần :

- 1 pound nấm các loại, rửa sạch và thái nhỏ
- 2 muỗng canh nước tương không đường
- Muối và hạt tiêu cho vừa ăn
- 1 muỗng canh dầu ô liu
- 2 muỗng canh mùi tây tươi xắt nhỏ để phục vụ
- 2 muỗng canh kem chua để phục vụ

Chỉ đường :
a) Làm nóng trước máy Air Fryer của bạn ở 180 độ F
b) Đặt tất cả các thành phần trong túi chân không.
c) Đậy kín túi, cho vào nồi cách thủy và hẹn giờ trong 30 phút.
d) Khi thời gian kết thúc, phục vụ ngay lập tức với kem chua và rau mùi tây xắt nhỏ.

63. Măng tây

Phục vụ: 4

Thành phần :

- măng tây 1 pound
- 1 tép tỏi, băm nhỏ
- 1 muỗng canh dầu ô liu
- Nước cốt của 1/2 quả chanh
- Muối và hạt tiêu cho vừa ăn

Chỉ đường :

a) Làm nóng máy Nồi chiên không dầu của bạn ở nhiệt độ 135 độ F
b) Đặt tất cả các thành phần trong túi chân không.
c) Đậy kín túi, cho vào nồi cách thủy và hẹn giờ trong 1 giờ.
d) Khi thời gian kết thúc, phục vụ ngay lập tức như một món ăn phụ hoặc món khai vị .

64. cà rốt bơ

Phục vụ: 4

Thành phần :

- 1 pound cà rốt nhỏ, gọt vỏ
- 2 muỗng canh bơ
- Muối và hạt tiêu cho vừa ăn
- 1 muỗng canh đường nâu

Chỉ đường :
a) Làm nóng trước máy Air Fryer của bạn ở 185 độ F
b) Đặt tất cả các thành phần trong túi chân không.
c) Đậy kín túi, cho vào nồi cách thủy và hẹn giờ trong 1 giờ.
d) Khi thời gian kết thúc, phục vụ ngay lập tức như một món ăn phụ hoặc món khai vị.

65. cà tím kiểu châu Á

Phục vụ: 4

Thành phần :

- 1 pound cà tím, thái lát
- 2 muỗng canh nước tương không đường
- 6 muỗng canh dầu mè
- 1 muỗng canh hạt vừng để phục vụ Muối và hạt tiêu cho vừa ăn

Chỉ đường :

a) Làm nóng trước máy Air Fryer của bạn ở 185 độ F
b) Đặt tất cả các thành phần trong túi chân không.
c) Đậy kín túi, cho vào nồi cách thủy và hẹn giờ trong 50 phút.
d) Khi hết thời gian, làm nâu cà tím trong chảo gang trong vài phút.
e) Phục vụ ngay lập tức rắc hạt vừng.

66. ngô bơ trên lõi ngô

Phục vụ: 4

Thành phần :

- 4 bắp ngô, rửa sạch và cắt nhỏ
- 2 muỗng canh bơ
- muối để hương vị
- 2-3 nhánh mùi tây

Chỉ đường :

a) Làm nóng trước máy Air Fryer của bạn ở 185 độ F
b) Cho bắp ngô vào túi hút chân không, thêm bơ, muối và mùi tây.
c) Đậy kín túi, cho vào nồi cách thủy và hẹn giờ trong 30 phút.
d) Khi hết thời gian, loại bỏ nhánh rau mùi tây và phục vụ ngô.

67. Đậu xanh cay kiểu Trung Quốc

Phục vụ: 4

Thành phần :

- 1 pound đậu xanh dài
- 2 muỗng canh tương ớt
- 2 tép tỏi, băm nhỏ
- 1 muỗng canh bột hành
- 1 muỗng canh dầu mè
- muối để hương vị
- 2 muỗng canh hạt vừng để phục vụ

Chỉ đường :

a) Làm nóng trước máy Air Fries của bạn ở 185 độ F.
b) Đặt các thành phần trong túi chân không.
c) Đậy kín túi, cho vào nồi cách thủy và hẹn giờ trong 1 giờ.
d) Rắc đậu với hạt vừng và phục vụ.

68. Hỗn hợp cà tím và bí xanh

Máy chủ 4

Thành phần :

- 1 quả cà tím; đại khái
- 3 quả bí xanh; đại khái
- 2 muỗng canh nước cốt chanh
- 1 thìa cà phê húng tây; khô
- Muối và hạt tiêu đen để hương vị
- 1 thìa cà phê lá oregano; khô
- 3 muỗng canh dầu ô liu

Chỉ đường :

a) Cho cà tím vào đĩa phù hợp với nồi chiên không dầu của bạn, thêm bí xanh, nước cốt chanh, muối, hạt tiêu, cỏ xạ hương, lá oregano và dầu ô liu, đảo đều, cho vào nồi chiên không khí và nấu ở nhiệt độ 360 °F trong 8 phút
b) Chia giữa các đĩa và phục vụ ngay.

69. cải ngọt luộc

Phục vụ: 2

Thành phần :

- 1 tép tỏi, đập dập
- 1 bó bok choy, tỉa
- 1 cốc nước trở lên
- Muối và hạt tiêu cho vừa ăn

Chỉ đường :

a) Thêm nước, tỏi và cải ngọt vào Instant Pot.
b) Đậy nắp kỹ và chọn chức năng "Manual" trong 7 phút với áp suất cao.
c) Sau tiếng bíp, nhả nhanh và tháo nắp.
d) Lọc bok choy đã nấu chín và chuyển nó vào đĩa.
e) Rắc chút muối và hạt tiêu lên trên.
f) Phục vụ.

70. Air Fasher cà tím khoai tây chiên

PHỤC VỤ: 2

Thành phần

- 2 quả cà tím non
- 2 quả trứng lớn
- 1 chén thịt lợn panko
- ¼ chén phô mai Parmesan nạo
- 1 muỗng cà phê bột tỏi
- 1 muỗng cà phê mùi tây khô
- ½ muỗng cà phê oregano khô
- ½ muỗng cà phê húng quế khô
- ¼ muỗng cà phê cỏ xạ hương khô
- ¼ muỗng cà phê hương thảo khô
- 2 muỗng cà phê phô mai Parmesan bào
- sốt marinara hâm nóng (để chấm)

Chỉ đường :

a) Cắt cuống và đầu hoa của cà tím. Gọt vỏ màu tím từ cà tím.

b) Cắt cà tím đã bóc vỏ thành những lát dày ½ inch (1,27 cm) dài khoảng 4-4½ inch (10-11 cm). Cố gắng làm cho tất cả chúng có cùng kích thước để nấu chín đều hơn. Cắt que cà tím dày hơn hoặc mỏng hơn sẽ làm thay đổi thời gian chiên không khí.

c) Đánh hai quả trứng trong một cái bát cỡ vừa.

d) Trong bát thứ hai, khuấy đều panko thịt lợn, ¼ cốc phô mai Parmesan, bột tỏi, rau mùi tây, lá oregano, húng quế, húng tây và hương thảo.

e) Nhúng từng miếng cà tím chiên vào trứng rồi tráng qua hỗn hợp panko thịt lợn. Xếp khoai tây chiên thành một lớp không chạm vào khay nồi chiên không dầu của bạn. Che tất cả các khoai tây chiên.

f) Mẹo: Đừng để đầy khoai tây chiên trên các khay của nồi chiên không khí! Nấu chúng thành nhiều mẻ nếu cần.

g) Cho khoai tây chiên phô mai parmesan cà tím vào nồi chiên không khí trong 5 phút ở nhiệt độ 375°F (190°C). Sau đó chuyển vị trí của các khay trong lò nồi chiên không khí và nấu thêm 5 phút ở nhiệt độ 375°F (190°C). Bạn không cần phải lật khoai tây chiên.

h) Nếu cà tím chiên không đủ mềm ở giữa vào thời điểm này, hãy chuyển vị trí của các khay nồi chiên không khí một lần nữa. Chiên chúng trong không khí thêm 2-3 phút nữa ở nhiệt độ 375°F (190°C).

i) Rắc cà tím chiên với 2 muỗng cà phê Parmesan còn lại. Để chúng nguội một chút trước khi dùng với nước sốt marinara ấm.

71. Nồi chiên không khí Kohlrabi khoai tây chiên

NĂNG SUẤT: 6

Thành phần
- 1 lb. Dầu ô liu nguyên chất
- 2 muỗng canh muối Kosher thô
- 1 muỗng cà phê ớt bột
- 1 muỗng cà phê Bột tỏi
- $\frac{1}{2}$ thìa cà phê

Chỉ đường :

a) Sử dụng một con dao đầu bếp sắc bén để cắt lá từ củ su hào.

b) Cắt lớp vỏ cứng bên ngoài khỏi gốc.

c) Sau khi gọt vỏ, nên cắt củ thành những viên tròn $\frac{1}{4}$ inch và sau đó cắt thành những lát julienne dày $\frac{1}{4}$ inch.

d) Đặt các dải julienne vào một bát trộn lớn.

e) Thêm phần còn lại của các thành phần và quăng tốt. Thêm một nửa số khoai tây chiên vào giỏ nồi chiên không dầu và nấu ở nhiệt độ 350 F trong 10 phút.

f) Lắc giỏ và sau đó nấu ở nhiệt độ cao hơn trong thời gian ngắn hơn, tức là 6 phút ở 400 F. Lặp lại với các miếng khoai tây chiên còn lại. t

72. Dưa chuột thái lát

Làm khoảng 1 cốc

Thành phần
- 1 chén dưa chuột, cắt thành lát $\frac{1}{4}$-inch
- 1 muỗng cà phê bột hành tây
- 2 thìa nước cốt chanh

Hướng

a) Trong một bát trộn, quăng các thành phần với nhau. Đặt trong một máy ép dưa chua, dưới áp lực.

b) Hoặc, đặt một chiếc đĩa lên trên hỗn hợp trong bát và xếp những chiếc đĩa nặng lên trên.

c) Đặt sang một bên ở nhiệt độ phòng trong một ngày.

d) Điều này sẽ giữ trong tủ lạnh trong vài ngày.

73. kẹo dẻo

Máy chủ 4

Thành phần:
- 4 củ khoai mỡ hoặc khoai lang, gọt vỏ
- 1 hoặc 2 muỗng canh mật ong thô hoặc mật hoa agave thô

Hướng

a) Trong máy xay thực phẩm, sử dụng lưỡi dao S, xay khoai lang cho đến khi mịn.

b) Mỗi lần thêm một chút chất làm ngọt, chế biến mỗi khi bạn thêm, sau đó nếm cho đến khi đạt được độ ngọt mong muốn.

c) Hãy cẩn thận để không quá ngọt.

74. Quả bơ nhồi bông

Khẩu phần: 4

Thành phần

- 2 chén bắp cải đỏ thái nhỏ
- 3/4 chén cà rốt nghiền
- 1/2 chén hành tím cạo
- nước cốt của 1 quả chanh
- 2 quả bơ, cắt đôi và bỏ hạt

Hướng

a) Trong một bát vừa, trộn cả bắp cải, cà rốt và hành tím

b) Đổ nước cốt chanh lên hỗn hợp bắp cải và trộn đều.

c) Cẩn thận khoét một lỗ trên mỗi nửa quả bơ. Đổ đầy lỗ hổng và tận hưởng!

75. cuộn zucchini sống

Khẩu phần: 3

Thành phần

- 1 bí xanh vừa
- 150g hạt điều kem phô mai
- 2 muỗng canh nước cốt chanh
- 5 lá húng quế tươi
- một nắm quả óc chó

Hướng

a) Trong một cái bát, trộn phô mai hạt điều với nước cốt chanh và húng quế tươi xắt nhỏ.

b) Thêm một nắm hạt xắt nhỏ.

c) Sử dụng dụng cụ gọt vỏ khoai tây, cắt những dải dài từ zucchini,

d) Đặt khoảng 1 muỗng cà phê hỗn hợp phô mai trên mỗi dải.

e) Lăn dải zucchini qua hỗn hợp phô mai và trang trí với húng quế tươi.

76.   Pesto nhồi nấm hạt điều

Khẩu phần 12 cây nấm

Thành phần
- 10 oz. toàn bộ nấm Cremini , bỏ cuống ở giữa
- 15-20 lá húng quế lớn
- nước cốt và vỏ của 1 quả chanh
- 2/3 chén hạt điều thô
- hạt tiêu đen để hương vị

Hướng
a) Trong một bộ xử lý thực phẩm hoặc máy xay sinh tố, kết hợp húng quế, nước cốt chanh và hạt điều.

b) Nêm hạt tiêu và máy xay thực phẩm xung cho đến khi băm nhỏ.

c) Xay trong khoảng 30 giây cho đến khi sốt pesto mịn và có dạng kem.

d) Đặt mũ nấm mở úp lên trên một món ăn phục vụ. Thìa sốt pesto vào mũ nấm.

e) Rắc vỏ chanh lên trên và trang trí bằng một hạt điều.

77.   Salad bơ Caprese

Khẩu phần: 6 khẩu phần

Thành phần

- 4 quả cà chua gia truyền vừa
- 3 quả bơ vừa
- 1 bó húng quế tươi lớn
- nước cốt 1 quả chanh

Hướng

a) Cắt quả bơ xung quanh đường xích đạo và loại bỏ hạt. Cắt thành từng khoanh tròn, sau đó gọt bỏ vỏ.

b) Nhẹ nhàng ném những lát bơ vào nước cốt chanh.

c) Thái lát cà chua.

d) Lớp các lát cà chua, lát bơ và lá húng quế. Vui thích!

78. Thuyền Taco thô

Khẩu phần 4

Thành phần
- 1 đầu xà lách romaine
- 1/2 chén hummus củ cải sống
- 1 chén cà chua bi cắt đôi
- 3/4 chén bắp cải đỏ thái lát mỏng
- 1 quả bơ chín vừa (khối)

Hướng

a) Sắp xếp các tàu rau diếp lên đĩa phục vụ và bắt đầu đổ 1-2 muỗng canh (15-30 g) hummus.

b) Sau đó phủ cà chua, bắp cải và bơ lên trên.

79.   Nacho táo

Năng suất: Phục vụ 1

Thành phần
- 2 quả táo tự chọn
- ⅓ chén bơ hạt tự nhiên
- dừa nạo nhỏ
- rắc quế
- 1 thìa nước cốt chanh

Hướng

a) Táo: Rửa sạch, bỏ lõi và cắt táo thành những lát $\frac{1}{4}$ inch.

b) Đặt những lát táo vào một cái bát nhỏ với nước cốt chanh, trộn đều.

c) Bơ hạt: Đun bơ hạt của bạn cho đến khi ấm và hơi lỏng.

d) Rưới bơ hạt theo chuyển động tròn, từ giữa đĩa ra mép ngoài.

e) Rắc dừa nạo và rắc quế lên trên.

80. Viên sống không thịt

Thành phần

- 1 chén hạt hướng dương thô
- ½ cốc + 1 thìa bơ hạnh nhân thô
- 4 quả cà chua phơi nắng, ngâm nước
- 3 muỗng canh húng quế tươi, thái nhỏ
- 1 muỗng cà phê dầu hạt

Hướng

a) Kết hợp tất cả các thành phần trong bộ xử lý thực phẩm và trộn cho đến khi hỗn hợp đạt được kết cấu tương tự như thịt xay.

b) Múc hỗn hợp ra thành từng thìa cà phê và tạo thành từng viên thịt.

c) Hỗn hợp này có thể được phục vụ như những quả bóng trên mì ống zucchini sống.

d) Nó cũng kết hợp tốt với sốt marinara, kem chua hạt điều hoặc sốt pesto!

81. Pasta cà rốt sống

Máy chủ 6

Thành phần:
- 5 củ cà rốt lớn, gọt vỏ và thái xoắn ốc
- 1/3 chén hạt điều
- 2 muỗng canh rau mùi tươi, xắt nhỏ
- 1/3 chén Nước sốt đậu phộng Gừng-Vôi hoặc bất kỳ loại nước sốt thô nào

Hướng

a) Đặt tất cả mì cà rốt vào một bát lớn.

b) Rưới nước sốt đậu phộng gừng chanh lên mì và nhẹ nhàng trộn đều

c) Ăn với hạt điều và rau mùi tươi xắt nhỏ.

82.   mì bí ngòi

Thành phần:

- 1 quả bí xanh
- 1 chén cà chua
- 1/2 chén cà chua phơi nắng
- 1,5 medjool chà là

Hướng

a) Cắt zucchini thành hình sợi mì bằng dụng cụ cắt xoắn ốc hoặc dụng cụ gọt vỏ thái sợi.

b) Trộn các thành phần còn lại trong máy xay sinh tố tốc độ cao và trộn đều.

83.   Súp nấm đông cô

Làm cho 6 phần ăn

Thành phần

- 6 chén nấm shiitake khô
- 10 cốc nước
- 2 muỗng canh nama nước tương
- 1 muỗng canh hẹ tươi xắt nhỏ

Hướng

a) Cho nấm và nước vào một hộp lớn, cho vào tủ lạnh đậy kín trong khoảng 8 tiếng.

b) Khi đã sẵn sàng, chắt hết nước nấm vào một cái bát hoặc hộp đựng khác.

c) Khuấy nama shoyu vào nước dùng nấm.

d) Loại bỏ và loại bỏ thân nấm và cắt nhỏ mũ.

e) Thêm nấm xắt nhỏ vào nước dùng và trên cùng với lá hẹ xắt nhỏ.

84. Súp lơ bông cải xanh 'Gạo'

Khẩu phần: 2-3 khẩu phần

Thành phần
- 1 đầu súp lơ
- 2 chén bông cải xanh, xắt nhỏ
- 3 ngọn hành lá
- $\frac{3}{4}$ chén ớt chuông, xắt nhỏ
- $\frac{1}{4}$ cốc đậu nành Nhật Bản

Hướng

a) Bẻ súp lơ thành những bông hoa và rửa sạch.

b) Cắt những bông hoa thành những miếng nhỏ hơn và cho một vài nắm vào máy xay thực phẩm cùng một lúc.

c) Xung trong khoảng 5-10 giây, nếu sử dụng máy xay sinh tố, hãy ấn súp lơ xuống bằng cần gạt.

d) Cho hỗn hợp súp lơ vào bát và khuấy đều các nguyên liệu còn lại.

e) Để yên trong ít nhất 30 phút, thỉnh thoảng khuấy.

85. Mì zucchini với hạt bí ngô

Phục vụ 1-2

Thành phần

- 2 quả bí xanh nhỏ
- 1/4 chén hạt bí ngô sống
- 2 muỗng canh men dinh dưỡng
- 1/4 chén lá húng quế/các loại thảo mộc tươi khác
- Bao nhiêu sữa hạt hoặc nước khi cần thiết

Hướng

a) Để làm mì, hãy cắt lát bí xanh trên máy cắt lát mandolin hoặc xoắn ốc. Đặt sang một bên trong một bát lớn.

b) Để làm nước sốt, trộn tất cả các thành phần cho đến khi mịn (thêm từ từ nước hoặc sữa hạt).

c) Massage nước sốt vào mì cho đến khi phủ đều.

d) Để chúng nghỉ ngơi trong một phút để làm mềm và ướp.

86. Nấm ướp chanh mùi tây

LÀM 1

Thành phần

- 6 c. nấm mỡ trắng
- ½ củ hành trắng ngọt
- ½ c. rau mùi tây băm nhỏ
- ¼ c. nước chanh
- ¼ c. dầu hạt

Hướng

a) Kết hợp tất cả các thành phần ướp trong một bát nhỏ.

b) Cắt tất cả các loại nấm dày khoảng ¼ inch và cho vào một cái tô lớn.

c) Đổ nước xốt lên các nguyên liệu và trộn đều cho đến khi mọi thứ được phủ đều.

d) Đổ nấm vào túi đông lạnh Ziploc 1 gallon và vắt càng nhiều không khí ra ngoài càng tốt.

e) Làm lạnh nấm trong ít nhất 4 giờ. Khoảng một giờ một lần, hãy tháo túi ra và lật túi để nguyên liệu di chuyển xung quanh một chút.

f) Khi đã đủ thời gian, hãy lấy chúng ra khỏi tủ lạnh, phục vụ và thưởng thức.

87. chả giò chay

Khẩu phần 4 khẩu phần

Thành phần

- 6 gói bánh tráng
- 1 củ cà rốt thái sợi
- 1/2 quả dưa chuột vừa thái sợi
- 1 quả ớt chuông đỏ thái sợi
- 100 gram hoặc 1 chén bắp cải đỏ thái lát

Hướng

a) Bắt đầu bằng cách ngâm bánh tráng theo hướng dẫn trên bao bì.

b) Chuẩn bị tất cả các loại rau trước khi cuộn.

c) Đặt lớp bọc đầu tiên của bạn lên thớt và đặt một phần nhỏ các lát rau của bạn thật chặt

d) Cuộn chặt mọi thứ lại, giống như cuốn bánh burrito, gập nửa mặt của bánh tráng lại.

e) Cắt mỗi cuộn làm đôi và phục vụ.

88. Cà ri bí đỏ hạt cay

Thành phần

- 3 chén bí ngô – xắt thành miếng 1- 2 cm
- 2 muỗng canh dầu ăn
- ½ muỗng canh hạt mù tạt
- ½ muỗng canh hạt thì là
- Pinch asafetida
- 5-6 lá cà ri
- ¼ muỗng canh hạt cỏ cà ri
- 1/4 muỗng canh hạt thì là
- 1/2 muỗng canh gừng nạo
- 1 muỗng canh bột me
- 2 muỗng canh - dừa khô, xay
- 2 Muỗng đậu phộng rang
- Muối và đường nâu hoặc đường thốt nốt để nếm
- Lá rau mùi tươi

Hướng

a) Đun nóng dầu và thêm hạt mù tạt. Khi chúng nổ, thêm thì là, cỏ cà ri, asafetida, gừng, lá cà ri và thì là. Nấu trong 30 giây.

b) Thêm bí ngô và muối. Thêm bột me hoặc nước có bột giấy bên trong. Thêm đường thốt nốt hoặc đường nâu. Thêm dừa xay và bột đậu phộng. Nấu thêm vài phút nữa. Thêm rau mùi tươi xắt nhỏ.

89. cà ri cá me

Máy chủ 4

Thành phần
- 11/2 pound, cá thị t trắng, cắt thành khối
- 3/4 muỗng cà phê và 1/2 muỗng cà phê bột nghệ
- 2 muỗng cà phê bột me, ngâm trong 1/4 cốc nước nóng trong 10 phút
- 3 muỗng canh dầu thực vật
- 1/2 muỗng cà phê hạt mù tạt đen
- 1/4 muỗng cà phê hạt cỏ cà ri
- 8 lá cà ri tươi
- hành tây lớn, băm nhỏ
- Ớt xanh Serrano, bỏ hạt và băm nhỏ
- cà chua nhỏ, xắt nhỏ
- 2 quả ớt đỏ khô, đại khái đập dập
- 1 muỗng cà phê hạt rau mùi, đại khái
- 1/2 chén dừa nạo sấy không đường
- Muối ăn, để nếm
- 1 ly nước

Hướng
a) Đặt cá vào một cái bát. Chà kỹ với 3/4 thìa cà phê bột nghệ và để yên trong khoảng 10 phút. Rửa sạch và lau khô.
b) Lọc me và đặt chất lỏng sang một bên. Loại bỏ dư lượng.
c) Trong một cái chảo lớn, đun nóng dầu thực vật. Thêm hạt mù tạt và hạt cỏ cà ri. Khi chúng bắt đầu sủi bọt, thêm lá cà ri,

hành tây và ớt xanh. Xào trong 7 đến 8 phút hoặc cho đến khi hành tây chín vàng.

d) Thêm cà chua và nấu thêm 8 phút nữa hoặc cho đến khi dầu bắt đầu tách ra khỏi các mặt của hỗn hợp. Thêm 1/2 muỗng cà phê nghệ còn lại, ớt đỏ, hạt rau mùi, dừa và muối; trộn đều và nấu thêm 30 giây nữa.

e) Thêm nước và me đã lọc; đun sôi. Hạ nhiệt và thêm cá. Nấu trên lửa nhỏ trong 10 đến 15 phút hoặc cho đến khi cá chín hoàn toàn. Phục vụ nóng.

90. cà ri đậu bắp

Thành phần

- 250g đậu bắp (ladies finger) - cắt miếng cỡ 1cm
- 2 muỗng canh gừng nạo
- 1 muỗng canh hạt mù tạt
- 1/2 muỗng canh hạt thì là
- 2 muỗng canh dầu ăn
- muối để hương vị
- Pinch asafetida
- 2-3 Muỗng canh bột đậu phộng rang
- Lá rau mùi

Hướng

a) Đun nóng dầu và thêm hạt mù tạt. Khi chúng nổ thêm thì là, asafetida và gừng. Nấu trong 30 giây.

b) Thêm đậu bắp và muối và khuấy cho đến khi chín. Thêm bột đậu phộng, nấu thêm 30 giây nữa.

c) Ăn với lá rau mùi.

91. Cà ri dừa rau củ

Thành phần
- 2 củ khoai tây cỡ vừa, cắt khối
- 1 1/2 chén súp lơ - cắt thành những bông hoa
- 3 quả cà chua r xắt miếng lớn
- 1 muỗng canh dầu
- 1 muỗng canh hạt mù tạt
- 1 muỗng canh hạt thì là
- 5-6 lá cà ri
- Nhúm nghệ - tùy chọn
- 1 muỗng canh gừng nạo
- Lá rau mùi tươi
- muối để hương vị
- Dừa tươi hoặc khô - bào nhỏ

Hướng

a) Đun nóng dầu sau đó thêm hạt mù tạt. Khi chúng bật ra, thêm các loại gia vị còn lại và nấu trong 30 giây.

b) Thêm súp lơ, cà chua và khoai tây cùng với một ít nước, đậy nắp và đun nhỏ lửa, thỉnh thoảng khuấy cho đến khi chín. Nên có một số chất lỏng còn lại. Nếu bạn muốn cà ri khô, hãy chiên trong vài phút cho đến khi nước bay hơi hết.

c) Thêm lá dừa, muối và rau mùi.

92. Cà ri rau cơ bản

Thành phần:

- 250g rau củ - xắt nhỏ
- 1 muỗng cà phê dầu
- ½ muỗng cà phê hạt mù tạt
- ½ muỗng cà phê hạt thì là
- Pinch asafetida
- 4-5 lá cà ri
- ¼ muỗng cà phê bột nghệ
- ½ muỗng cà phê bột rau mùi
- Nhúm ớt bột
- Gừng nạo
- Lá rau mùi tươi
- Đường/đường thốt nốt và muối cho vừa ăn
- Dừa khô hoặc tươi

Hướng

a) Cắt rau thành miếng nhỏ (1-2 cm) tùy thuộc vào loại rau.

b) Đun nóng dầu sau đó thêm hạt mù tạt. Khi chúng bật ra, thêm thì là, gừng và các loại gia vị còn lại.

c) Thêm rau và nấu ăn. Tại thời điểm này, bạn có thể muốn xào rau cho đến khi chúng chín hoặc thêm một ít nước, đậy nắp nồi và đun nhỏ lửa.

d) Khi rau chín cho thêm chút đường, muối, dừa và rau mùi

93. Đậu mắt đen và cà ri dừa

Thành phần

- ½ chén đậu mắt đen, nảy mầm nếu có thể
- 2 chén nước
- 1 muỗng canh dầu
- 1 muỗng canh hạt mù tạt
- 1 muỗng canh hạt thì là
- 1 muỗng canh asafetida
- 1 muỗng canh gừng nạo
- 5-6 lá cà ri
- 1 muỗng canh nghệ
- 1 muỗng canh bột rau mùi
- 2 quả cà chua - xắt nhỏ
- 1- 2 muỗng canh. bột đậu phộng rang
- Lá rau mùi tươi
- Dừa tươi nạo
- Đường và muối cho vừa ăn

Hướng

a) Ngâm đậu trong nước 6-8 tiếng hoặc qua đêm. Nấu đậu trong nồi áp suất hoặc luộc trong nồi.

b) Đun nóng dầu và thêm hạt mù tạt. Khi chúng nổ, thêm hạt thì là, asafetida, gừng, lá cà ri, nghệ và bột rau mùi. Thêm bột đậu phộng rang và cà chua.

c) Thêm đậu và nước. Tiếp tục khuấy thỉnh thoảng cho đến khi chín kỹ.

d) Thêm nước nếu cần thiết. Thêm đường và muối cho vừa ăn, trang trí với lá ngò và dừa.

94. cà ri bắp cải

Thành phần

- 3 chén bắp cải - cắt nhỏ
- 1 muỗng cà phê dầu
- 1 muỗng cà phê hạt mù tạt
- 1 muỗng cà phê hạt thì là
- 4-5 lá cà ri
- Nhụy nghệ r tùy thích
- 1 muỗng cà phê gừng nạo
- Lá rau mùi tươi
- Muối để nếm
- Tùy chọn - $\frac{1}{2}$ chén đậu xanh

Hướng

a) Đun nóng dầu sau đó thêm hạt mù tạt. Khi chúng bật ra, thêm các loại gia vị còn lại và nấu trong 30 giây.

b) Thêm bắp cải và các loại rau khác nếu sử dụng, thỉnh thoảng khuấy cho đến khi chín kỹ. Nếu cần nước có thể được thêm vào.

c) Thêm muối cho vừa ăn và lá rau mùi.

95. cà ri súp lơ

Thành phần

- 3 chén súp lơ – cắt thành những bông hoa
- 2 quả cà chua - xắt nhỏ
- 1 muỗng cà phê dầu
- 1 muỗng cà phê hạt mù tạt
- 1 muỗng cà phê hạt thì là
- Một nhúm nghệ
- 1 muỗng cà phê gừng nạo
- Lá rau mùi tươi
- muối để hương vị
- Dừa tươi hoặc khô - bào sợi

Hướng

a) Đun nóng dầu sau đó thêm hạt mù tạt. Khi chúng bật ra, thêm các loại gia vị còn lại và nấu trong 30 giây. Nếu sử dụng thêm cà chua vào thời điểm này và nấu trong 5 phút.

b) Thêm súp lơ và một ít nước, đậy nắp và đun nhỏ lửa, thỉnh thoảng khuấy cho đến khi chín kỹ. Nếu muốn món cà ri khô hơn, thì trong vài phút cuối, hãy mở nắp và chiên. Thêm dừa trong vài phút cuối cùng.

96. Cà ri khoai tây, súp lơ và cà chua

Thành phần:

- 2 củ khoai tây cỡ vừa, cắt khối
- 1 1/2 chén súp lơ, cắt thành những bông hoa
- 3 quả cà chua r xắt miếng lớn
- 1 muỗng cà phê dầu
- 1 muỗng cà phê hạt mù tạt
- 1 muỗng cà phê hạt thì là
- 5-6 lá cà ri
- Nhúm nghệ - tùy chọn
- 1 muỗng cà phê gừng nạo
- Lá rau mùi tươi
- Dừa tươi hoặc khô – bào nhỏ

Hướng

a) Đun nóng dầu sau đó thêm hạt mù tạt. Khi chúng bật ra, thêm các loại gia vị còn lại và nấu trong 30 giây.

b) Thêm súp lơ, cà chua và khoai tây cùng với một ít nước, đậy nắp và đun nhỏ lửa, thỉnh thoảng khuấy cho đến khi chín. Thêm lá dừa, muối và rau mùi.

97. cà ri bí đỏ

Thành phần:

- 3 chén bí ngô - xắt thành miếng 1-2 cm
- 2 muỗng cà phê dầu
- ½ muỗng cà phê hạt mù tạt
- ½ muỗng cà phê hạt thì là
- Pinch asafetida
- 5-6 lá cà ri
- ¼ muỗng cà phê hạt cỏ cà ri
- 1/4 muỗng cà phê hạt thì là
- 1/2 muỗng cà phê gừng nạo
- 1 muỗng cà phê bột me
- 2 muỗng canh - dừa khô, xay
- 2 Muỗng đậu phộng rang
- Muối và đường nâu hoặc đường thốt nốt để nếm
- Lá rau mùi tươi

Hướng

a) Đun nóng dầu và thêm hạt mù tạt. Khi chúng nổ, thêm thì là, cỏ cà ri, asafetida, gừng, lá cà ri và thì là. Nấu trong 30 giây.

b) Thêm bí ngô và muối.

c) Thêm bột me hoặc nước có bột giấy bên trong. Thêm đường thốt nốt hoặc đường nâu.

d) Thêm dừa xay và bột đậu phộng. Nấu thêm vài phút nữa.

e) Thêm rau mùi tươi xắt nhỏ.

98. Rau Xào

Thành phần:

- 3 chén rau xắt nhỏ
- 2 muỗng cà phê gừng nạo
- 1 muỗng cà phê dầu
- ¼ muỗng cà phê asafetida
- 1 muỗng canh nước tương
- Thảo dược tươi

Hướng

a) Làm nóng dầu trong một cái chảo. Thêm asafetida và gừng. Chiên trong 30 giây.

b) Thêm các loại rau cần nấu lâu nhất như khoai tây và cà rốt. Chiên trong một phút rồi thêm một ít nước, đậy nắp và đun nhỏ lửa cho đến khi chín một nửa.

c) Thêm các loại rau còn lại như cà chua, ngô ngọt và ớt xanh. Thêm nước tương, đường và muối. Đậy nắp và đun nhỏ lửa cho đến khi gần chín.

d) Tháo nắp và chiên thêm vài phút nữa.

e) Thêm các loại thảo mộc tươi và để vài phút cho các loại thảo mộc hòa quyện với rau.

99. Cà ri bầu trắng

Thành phần:

- 250 grams' mướp trắng
- 1 muỗng cà phê dầu
- ½ muỗng cà phê hạt mù tạt
- ½ muỗng cà phê hạt thì là
- 4-5 lá cà ri
- Một nhúm nghệ
- Pinch asafetida
- 1 muỗng cà phê gừng nạo
- 1 đến 2 muỗng canh bột đậu phộng rang
- Đường nâu và muối để nếm

Hướng

a) Đun nóng dầu và thêm hạt mù tạt. Khi chúng nổ, thêm thì là, lá cà ri, nghệ, asafetida và gừng. Nấu trong 30 giây.

b) Cho bí trắng, chút nước vào, đậy nắp đun nhỏ lửa, thỉnh thoảng khuấy đến khi bí chín.

c) Thêm bột đậu phộng rang, đường và muối và nấu thêm một phút nữa.

100. Rau củ nướng và cao lương

phục vụ 8

Thành phần
- 1 chén hành tây, bóc vỏ
- 16 củ cà rốt non, gọt vỏ và cắt làm đôi theo chiều dọc (khoảng 1 pound)
- 12 củ cải non, gọt vỏ và cắt đôi theo chiều dọc (khoảng 1 pound)
- 2 thìa c dầu dừa
- 2 muỗng canh lúa miến
- 2 muỗng canh giấm táo
- 1 muỗng canh hẹ tươi xắt nhỏ
- $\frac{1}{2}$ muỗng cà phê muối kosher
- $\frac{1}{4}$ muỗng cà phê tiêu đen xay
- Nhúm hạt vừng

Hướng
a) Làm nóng lò ở 450°.
b) Đặt hành tây, cà rốt và củ cải lên chảo.
c) Rưới dầu dừa c và nhẹ nhàng thoa đều. Nướng trong 15 phút.
d) Kết hợp lúa miến và giấm. Rưới một nửa hỗn hợp lúa miến lên hỗn hợp cà rốt và trộn nhẹ nhàng để lớp phủ.
e) Nướng thêm 15 phút hoặc cho đến khi rau mềm. Mưa phùn với hỗn hợp lúa miến còn lại.
f) Rắc đều hẹ tươi xắt nhỏ, muối, hạt vừng và tiêu đen mới xay.

PHẦN KẾT LUẬN

Cần một chút giúp đỡ để ăn nhiều rau hơn? Cuốn sách này nêu bật những phương pháp nấu rau phổ biến nhất, tất cả đều là những cách lành mạnh để chế biến rau có hương vị thực sự ngon! Nói lời tạm biệt với những món rau sũng nước, nhạt nhẽo và xin chào nhóm thực phẩm yêu thích mới của bạn!

www.ingramcontent.com/pod-product-compliance
Lightning Source LLC
Chambersburg PA
CBHW070659120526
44590CB00013BA/1027